मेहता
पब्लिशिंग
हाऊस

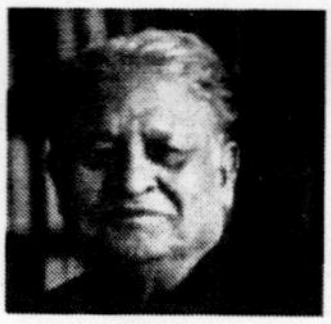

व्यंकटेश माडगूळकर

गावाकडच्या गोष्टी

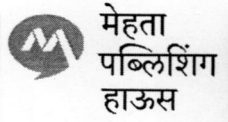

GAVAKADCHYA GOSHTI by VYANKATESH MADGULKAR

गावाकडच्या गोष्टी । कथासंग्रह

व्यंकटेश माडगूळकर

Email : author@mehtapublishinghouse.com

प्रकाशक
सुनील अनिल मेहता
मेहता पब्लिशिंग हाऊस,
१९४१, सदाशिव पेठ,
माडीवाले कॉलनी, पुणे ३०.

अक्षरजुळणी
इफेक्ट्स
२१/६ब, आयडिअल कॉलनी,
कोथरूड, पुणे ३८.

मुद्रक
टेक्श्रेष्ठा सोल्यूशन्स प्रायवेट
लिमिटेड, भारत

मुखपृष्ठ व मांडणी
चंद्रमोहन कुलकर्णी
मुखपृष्ठावरील लेखकाचे छायाचित्र
शेखर गोडबोले

किंमत : ₹180

P Book ISBN 9788184983609
E Book ISBN 9788184986686

प्रकाशनकाल
पहिली आवृत्ती : १९५१ / १९५९ /
१९८२ / १९८५ / १९९४ / १९९७ /
२००१ / २६ जानेवारी, २००६ /
२६ जानेवारी, २००९
मेहता पब्लिशिंग हाऊस यांची
दहावी आवृत्ती : मे, २०१२ /
डिसेंबर, २०१२ / फेब्रुवारी, २०१५
ऑक्टोबर, २०१७ / डिसेंबर, २०१९ /
पुनर्मुद्रण : डिसेंबर, २०२०

E Books available on :
play.google.com/store/books
www.amazon.in

अनुक्रमणिका

माझ्या लिखाणामागची कळसूत्रे

लेखक कसा लिहितो याविषयी सर्वांना कुतूहल असते. लेखकांना, कवींना हा भाबडा प्रश्न वारंवार विचारला जातो की, –

'का, हो? हे कसे काय जमते तुम्हाला? तुम्ही गोष्ट कशी लिहिता?'

ह्या प्रश्नाला नीट, संगतवार उत्तर देणे फार कठीण आणि तितकेच जोखमीचे काम आहे, याची मला जाणीव आहे. पण माझ्यापुरती ती जोखीम पत्करायची, असे आज मी ठरवले आहे.

मी असा लिहितो, यासंबंधी जेवढे मला ठाऊक आहे, तेवढे सांगण्याचा प्रयत्न मी आज करणार आहे. हे सांगण्यापूर्वी मला एक गोष्ट केली पाहिजे; ती ही की, मी असा लिहितो म्हणून माझ्यासारखा प्रत्येक लेखक असाच लिहितो, असे मला सांगायचे नाही. 'लेखकलोक हे अशा पद्धतीने लिहितात', असे मला सर्रास विधान करायचे नाही. प्रत्येकाची तऱ्हा वेगळी असू शकेल. मला फक्त माझ्यापुरतेच सांगायचे आहे; आणि लेखनामागील कळसूत्रे काय असतात, हे समजावून घेण्यासाठी त्याचा काही उपयोग होतो का, ते अजमावायचे आहे. कदाचित हा प्रयत्न वावगा ठरेल; पण ते तरी अगोदर कसे बरे समजावे?

भूतकाळाकडे पाहण्याच्या दुर्बिणीचे आटे फिरवून तो काळ हातअंतरावर आणला, तर मला दिसून येते की, मी कोणीही नसताना; मी कोणी तरी वेगळा आहे, असे मला फार तीव्रतेने वाटत होते. मिळाले आणि घ्यावे वाटले; तेवढे शालेय शिक्षण घेऊन मी आपल्या खेड्यात राहिलो होतो आणि मोठे चमत्कारिक आयुष्य

घालवीत होतो. मला चित्रकार व्हावे, असे वाटत होते – पण शिक्षण? तेही अपुरेच राहिले होते. मी गुरे राखत होतो. हॉटेलच्या पाट्या रंगवीत होतो. मैलांच्या धोंड्यांवर नंबर टाकण्याचे कामही करीत होतो. आणि, कशातच माझे मन रमत नव्हते.

याच काळात मी निंबवडे या गावी प्राथमिक शाळेत शिक्षक झालो. खरे तर, ती माझी मर्यादा आहे, असे मला कळायला हवे होते; पण त्या काळात मी फार अस्वस्थ झालो होतो. मित्रांना बडेजावीने पत्रे लिहीत होतो की, मी इथे येऊन पडलो आहे, पण मला हे करायचे नाही; मला काही वेगळेच व्हायचे आहे.

'माणदेशी माणसं' या संग्रहातील 'झेल्या' ह्या शब्दचित्रात माझ्या या अस्वस्थ मन:स्थितीचा उल्लेख आला आहे. मला वेगळे व्हायचे आहे, एवढेच मला जाणवत होते; आणि ते अगदी फुकट होते. माझ्या आजूबाजूचे सर्व लोक मला 'वाया गेलेला पोर' म्हणत होते. माझ्या घरातील माणसे, 'हा आता चिकटला. अगदीच आशा नव्हती, तो निदान मास्तर तरी झाला!' असे म्हणत होती; आणि मी मात्र स्वत:शी फुशारकी मारीत होतो की, हे माझे काम नाही. पण माझे काम काय होते, याची मला पुसटशीही कल्पना नव्हती.

या काळात मी वाचीत होतो. शाळेच्या वाचनालयातून जे काही वाचण्याजोगे होते, ते मी वाचीत होतो. मला नीट आठवते की, या काळात गडकरी आणि केशवसुत यांचे काव्य मी अगदी वेडा होऊन वाचीत होतो. ते काव्य मला कितपत समजत होते, हा भाग वेगळा; पण मी वाचीत होतो. असे म्हणतात की, लहान मुलाला एखादी विशिष्ट वस्तू खावीशी वाटली, तर ती त्याला भरपूर खाऊ द्यावी. कारण त्या वस्तूतील जीवनसत्त्वे त्याला हवी असतात. त्याच्या शरीरात त्यांची कमतरता असते. तसे मला झाले होते; आणि वाचनातूनच काव्य लिहिण्याचा खटाटोप मी सुरू केला. सुरुवातीच्या काळात मी कविता लिहिल्या आणि त्या मासिकांतून प्रसिद्धही झाल्या आहेत. पण मला त्याने समाधान मिळाले नाही. हे जमते आहे, असे वाटले नाही. याच काळात मी चित्रेही काढीत होतो. जलरंगांतील, तैलरंगातील चित्रे रंगवीत होतो; आणि काव्याप्रमाणे तेही मला नीट जमत नव्हते.

ढग भरून येत होते, पण बरसत नव्हते. माझी स्थिती फार चमत्कारिक झाली होती.

– आणि मग एके दिवशी एक गोष्ट लिहिली. 'काळ्या तोंडाची' असे या

गोष्टीचे नाव होते आणि ती मी एका कुत्रीवर लिहिली होती.

कुत्र्याचे एक पिल्लू मी पाळले होते. माझ्याप्रमाणे घरात सुरुवातीला लोकांनी त्याचे लाड केले. पण अचानक कुणी तरी सांगितले की, या कुत्र्याचे तोंड काळे आहे. ते अपशकुनी आहे. आणि विशेष म्हणजे, घरात काही वाईट गोष्टी घडल्या. आजारपण, मृत्यू अशा गोष्टी घडल्या आणि ते कुत्रे मी टाकून द्यावे; त्याच्याचमुळे हे घडले, असे लोक मला सांगू लागले. त्या कुत्र्याचे हाल, 'घरात कुत्रा खाईना...' सर्व जण त्याला हिडीसफिडीस करू लागले.

– आणि एके दिवशी आपण होऊन ते कुत्रे आमच्या घरातून निघून गेले.

त्या कुत्र्याचीच मी गोष्ट लिहिली. 'अभिरुचि' मासिकात ती प्रसिद्ध झाली आणि तिचा फार गवगवा झाला. मला शाबासकी मिळाली. आणि आज मला वाटते की, मला जे सापडत नव्हते, ते त्याच वेळी माझ्या थोडे-फार हाती आले.

ही कुत्री आपली दैन्यावस्था एका कुत्र्याला सांगते, अशी कथनपद्धती त्या गोष्टीत आहे; आणि विशेष म्हणजे, ती कुत्री जे बोलली आहे, ते सातारी बोलीत मी लिहिले आहे! हे मी टूम म्हणून केले, असे कोणी म्हणणार नाही. टूम म्हणून काही करावे, एवढी चलाखी त्या वेळी माझ्यापाशी नव्हतीच. आवश्यक म्हणून ते मी केले. माणदेशातले कुत्रेसुद्धा हीच भाषा बोलणार, असे मला वाटले. कुत्र्याच्या बोलण्यातला नेमकेपणा स्पष्ट करण्यासाठी तीच भाषा मला आवश्यक वाटली.

चित्रे रंगवून किंवा कविता करून मला सांगायचे आहे, ते सांगता येत नाही, असे होता-होताच कथा मला सापडली. चित्र रंगवून वा कविता लिहून मला जे सांगता येणार नाही, ते मला गोष्टीतून सांगता येते, हा विश्वास मला हळूहळू आला.

गोष्ट सुचते कशी? अमुकच एक लिहावे, हे कसे वाटते? – याचा तपास जर करायचा झाला, तर बऱ्याच गोष्टी दिसून येतात. कुत्र्याची गोष्ट मला सुचली, कारण ते सगळे माझ्या नजरेपुढेच घडले होते. या कुत्र्याची मला फार कणव आली होती. कुत्र्याला काही बोलता येत नव्हते; पण कुत्र्याचे मन कुत्र्याला समजावे, तसे मला समजत होते. जणू काही तेवढ्यापुरता मी कुत्रा झालो होतो. मग मला भावत होते, ते लिहून टाकले.

या कथेत विशेष लक्षात ठेवण्याजोगी गोष्ट ही आहे की, ती कुत्री आपली

ही कहाणी एका वाटेत भेटलेल्या आणि तिला 'तू इथं राहा' असं म्हणणाऱ्या एका कुत्र्याला सांगते. गोष्ट सांगताना ही विशिष्ट रचनाच मी केली आहे. 'केली आहे' म्हणण्यापेक्षा ती माझ्या हातून झाली आहे.

गोष्ट जेव्हा स्फुरते, तेव्हा ती आपला आकार घेऊनच येते.

पण हे नेहमीच होते, असे नाही. काही वेळा कथेचे अगदी लहान बीज मनात येऊन पडते – पिंपळाच्या बीजासारखे. अशी बीजे नेहमीच पडत असतात; पण त्यातले गवताचे कोणते आणि पिंपळाचे कोणते, हे मात्र कळते. नेमके कळत नाही; पण पुढे जो विस्तीर्ण अश्वत्थ वृक्ष होणार असतो, त्याच्या पानांची नुसती गंभीर सळसळच ऐकू येते.

एकदा माझा एक मित्र मला म्हणाला, "मला एक कल्पना सुचली आहे. तिचा काही उपयोग तुला होतो का, पाहा :

"एका लहानशा खेडेगावात नव्याने मोटार-सर्व्हिस सुरू होते आणि त्यामुळेच त्या गावाचे पूर्वीचे निर्मळ जीवन बदलून जाते."

एवढेच त्याने सांगितले आणि माझ्या मनात एक बीज पडले.

सारे काही अंधूक होते; पण अश्वत्थाची गंभीर सळसळ मला किती तरी दिवस ऐकू येत होती. त्या सळसळीने मला झपाटून टाकले होते. त्यातूनच 'सर्व्हिस मोटार' या कथेचा जन्म झाला.

जन्म झाला, असे मी म्हटले; पण तेवढे पुरेसे नाही. या बीजाला अंकुर कसा फुटला, त्याला पाणी कसे मिळाले, प्रकाश कसा मिळाला आणि त्याचा वृक्ष कसा झाला – ही घडामोडसुद्धा पाहिली पाहिजे.

कथानकाचे बीज मी पुण्यात असताना मिळाले. पण त्याला योग्य माती माझ्याकडे आली, ती माझ्या स्वतःच्या खेड्यातली. हा सारा प्रकार माझ्या गावीच झाला, असे मला वाटू लागले. मग ती मोटार सुटली आणि माझ्या गावात शिरून माणसे घेण्यासाठी उभी राहिली, ती कुंभाराच्या घरापुढे. वास्तवात ती तिथेच उभी राहत होती. माझे काम पुष्कळ सोपे झाले. गावचा थोराड आणि बुटका कुंभार मला म्हणाला, "या मोटारीनं माझं वाटोळं केलं!"

कुंभाराचा पोरगा आपल्या छातीचे डबरे दाखवीत पुढे येऊन म्हणाला, "ह्या म्हाताऱ्याला काही कळत नाही."

इथपर्यंत बरे जमले. त्या दोघांचे म्हणणे मला पटले. पण पुढे काय? वाटोळे कसे झाले? गाव कसे नासले?

– तिसरा माणूस पुढे येईना. त्याला मला बराच वेळ शोधत बसावे लागले.

– आणि मग एकदा मोटारीच्या ड्रायव्हरने जरा वाकड्या नजरेने कुंभाराच्या

सुनेकडे पाहिले; आणि तसे पाहताना मी त्याला नेमके हेरले.

तिसरा माणूस सापडला.

इथपर्यंत विचार झाला आणि मी लिहायला बसलो. माणसे सापडली होती. ती कशी आहेत, हेही ठाऊक होते. आता पुढची गोष्ट ती स्वत:च करणार होती. त्यांना आता माझे हुकूम नको होते.

माझा असा अनुभव आहे की, सुरुवातीपासून शेवटपर्यंत कथा मनात अशी तयार होतच नाही. प्रत्यक्ष लिहिता-लिहिता ती तयार होते. पात्रे स्वत:च सगळे आपण होऊन करतात. फक्त ती तशी करतील, असा विश्वास तेवढा आपल्याला असतो. काही अविश्वासू पात्रे आपल्याला दगाही देतात. ती काही करीत नाहीत किंवा बळेबळेच काही करतात आणि त्यांनी बळेच खोटे केले आहे, हे कळते. लेखकाला कळते, वाचकांनाही कळते आणि सगळा बनाव फसून जातो.

पण माझा कुंभारावर, ड्रायव्हरवर विश्वास होता. भोजावर आणि भोजाच्या बायकोवर विश्वास होता.

इथून पुढे गोष्ट घडत जाते; आपण सांगत जातो. ती झोपडी, तो लिंब आपल्याला दिसतो. मोटारचा आवाज ऐकू येतो. तमाखू ओढल्याचा वास येतो. सर्व काही होते.

पात्रांच्या बारीक-सारीक हालचाली वर्णन कराव्या लागत नाहीत, तर त्या दिसतात.

सणगराची वयात आलेली लेक जिभेचा आवळा गालात ठेवून नजर खाली करते ('माझे गुणी जनावर').

'बेत' गोष्टीतील सद्याच्या काळ्या तुकतुकीत पाठीवर उन्हाचा चपाटा लागून ती खाजू लागते. तो हलतो. उफराट्या हाताने पाठ ओचकारीत म्हणतो, 'इटुबा...' आणि थांबतो. बोलताना सावकाश बोलण्याची त्याची ढब असते.

बूड उचलून सद्या चवड्यांवर येतो. थोडा सरकतो आणि बोटे नाचवीत इटुबाला जे बोलायचे, ते बोलतो.

'बाई' गोष्टीतील बाईंच्या तोंडाकडे मास्तर वरचेवर पाहत, हातातली छत्री टेकवल्या जागी गोल-गोल फिरवत राहतात.

'तुमी अंडीवाले काय?' हा प्रश्न विचारला जाताच 'बनगरवाडी'तील 'मी' फटका बसल्यासारखा खाली येतो आणि कट्ट्यावरून खाली सोडलेले पाय वर

घेऊन टोपी नीट करतो. त्याच्या तोंडावर ओशाळवाणे हसू येते.

दुबळा नामा सातपुते चालून-चालून कसा जेरीला आला असेल, त्याच्या शारीरिक हालचाली कशा होत असतील, यासाठी कल्पनेला ताण द्यावा लागत नाही. तो चालणारा नामा आणि पवित्रा मला चक्क दिसत असतात. (ते सगळे शब्दरूप करताना मात्र कधी-कधी फार त्रास होतो.) नामाची आंधळी म्हातारी कोपऱ्यात अंग आखडून असते. भगवंतराव आणि तरणी पवित्रा यांच्या आकृत्या तिला दिसतात, पण तोंडे नीट दिसत नाहीत. पापण्या न मिटता ती त्यांच्याकडे पाहत राहते आणि तिचे डोळे पाण्याने डबडबतात. सुरकुतलेल्या गालांवरून ओघळणारे पाण्याचे ओघळ तिला तळव्याने वरचेवर पुसावे लागतात.

हे जसे दिसते, तसे ती माणसे बोलतानाही ते मला ऐकू येते. कानांना नव्हे; आत तो ध्वनी उमटत असतो. छापील मजकूर वाचताना मनात जसा ध्वनी उमटतो, तसा. जशा भावना असतात, तशी ती पात्रे भडाभडा बोलत राहतात. त्यांचे स्वर उंचावतात. शब्द अडखळतात. रामा मैलकुल्याची बहीण 'मला' पाहून पोराच्या पाठीत धबका घालते आणि 'खासगी' आवाजात म्हणते, ''जा, दादाला म्हनावं, सायेब आलेत.'' चालून थकलेली पवित्रा खाली कोसळते, धरित्रीचा आधार घेते, पाणी मागते; तेव्हा नामा 'मवागीपणे' बोलतो. 'बनगरवाडी'च्या वाटेवरचे कावळे सकाळी 'जडपणे' काव-काव करतात. काळोखात बोलणाऱ्या म्हातारीला, नामाला एकमेकांचे चेहरे दिसत नाहीत; पण आवाजातल्या फरकामुळे कुणाला काय वाटते आहे, हे कळते. शिवा माळी 'कष्टी' होऊन बोलतो. इटुबा 'घाईला येऊन' बोलतो. चिमण्या 'कानडी' भाषेत बोलतात. आवाजातल्या या सगळ्या छटा लिहिता-लिहिताच जाणवतात.

हे 'बोलणे ऐकू येणे आणि पात्रांच्या हालचाली दिसणे,' कसे बोलक्या सिनेमाप्रमाणे दिसते – उत्तम दिग्दर्शकाने घेतलेल्या सिनेमाप्रमाणे. कॅमेरा नीट कोन साधतो. दूरदृश्ये, नजीकची दृश्ये टिपतो. इतर फापटपसारा दृष्टिआड होतो आणि म्हातारीच्या डोळ्यांतले पाणी दिसते. तिचे अधू डोळे कसे साकळून येतात. डोळ्यांच्या लाल कोरा चमकू लागतात. गालांवरच्या सुरकुत्यांना थटत पाणी ओघळू लागते. 'बनगरवाडी'तील कारभारी बोलत असतो आणि त्याच्या काळ्या कुळकुळीत पायांवर झाडाझुडुपांनी ओरखडून उठलेले पांढरेधोट फटकारेच तेवढे ठळक दिसतात. हाता-पायांवरच्या फुगलेल्या, गाठाळलेल्या शिरा दिसतात. मेंढ्यांना पिणाऱ्या पोरांच्या तोंडाचा मच्ऽमच्ऽ आवाज तर ऐकू येतोच, पण घट्ट पांढऱ्या दुधाने माखलेली पोरांची तोंडेसुद्धा नेमकी दिसतात.

मला संवाद ऐकू येतात, हे मी मघा सांगितले आहे. त्यातील आणखीही

एक बारकावा मला सांगावासा वाटतो. बोलता-बोलता काही पात्रे गप्प होतात. ती बोलत नाहीत आणि मग मी तसेच लिहून टाकतो. आपली बायको चोरट्या दाल्ल्यापाशी राहणार नाही, म्हणून निघून गेली, हे सांगून झाल्यावर शिवा माळी काही वेळ गप्प राहतो ('शिवा माळी' : 'माणदेशी माणसं'). वाळिंबेमास्तर आकाशाकडे बघत गप्प होतात. पोस्टमनला काय बोलावे, हे सुधारत नाही आणि वरचेवर घुटके घेत तो गप्प उभा राहतो ('अनवाणी' : 'जांभळाचे दिवस').

संवाद ऐकू येतात, आवाजातील फरक जाणवतो, नेमके तेवढेच ठळक दिसते, त्याप्रमाणे नेमके तेवढे वासही येतात. वंचाच्या घामाने ओलसर झालेल्या गळ्याचा, कपाळाचा सखाला वास येतो (बाजाराची वाट). पावसात भिजलेली मेंढरे धनगरांच्या घरात येतात, तेव्हा भिजलेल्या लोकरीच्या वासाने धनगरांची घरे भरून जातात (बनगरवाडी). कारभाऱ्याच्या घरात शिरताच चुलीतील जाळ विझला आहे आणि धूर जास्त होऊ लागला आहे, ही बाब ध्यानात येते आणि चुलीवरच्या गाडग्यातील कालवणाचा रटरट आवाजही मला ऐकू येतो. वाफेबरोबर बाहेर पडणारा कालवणाचा तिखट वासही येतो.

मनाला असलेले हात – अशी इंद्रिये किती विविध संवेदना टिपतात! चमनच्या तोंडातून जांभूळ फुटले की, ती 'सूऽ' असा आवाज तोंडाने करते. मिटक्या मारते. रस गिळताना तिचे डोळे उघडतात आणि मिटतात (जांभळाचे दिवस). मेंढरांची पोरे आपल्या आईच्या कासेला ढुश्या मारू लागली की, सकाळचा थंड वारा हुंगत मेंढ्या स्वस्थ चित्ताने उभ्या राहतात. पण जेव्हा चुकून दुसरेच पोरगे कासेला लागते, तेव्हा तो नवखा स्पर्श कळून त्या उडी मारून बाजूला होतात (बनगरवाडी). रात्री नामाला सगळे असह्य होते आणि अंगावरचे कपडे तो काढून टाकतो. अंधारात उघडा बसून तोंडावर पालथी मूठ घेतो. कुत्र्यासारखा तोंड वर करून बारीक आवाजात रडतो. भगवंतराव येऊन गेला, ही बातमी म्हातारीने सांगताच नामाचे पोट एकाएकी फुगते. पोटाच्या तळातून कळा उठतात. बाहेर जाण्याची छाती होत नाही. आणि वरचेवर पोट आत घेऊन पाठीशी लावीत तो जागीच बसून राहतो (दुबळा).

या संवेदना पुष्कळशा चांगल्या जाणवूनही शब्दरूप करता येत नाहीत, अशा वेळी मला फार धडपडावे लागते. सणगराची लेक लाजून खाली बघते, तेव्हा तिची जीभ गालात गेली, हे मला जाणवते; पण तिने जिभेचा आवळा

गालात ठेवून खाली पाहिले, हे लिहिण्यापूर्वी मी स्वत: तसे करून पाहतो आणि हे शब्दांत नेमके कसे येईल, याचा डोक्याला ताप होतो. 'दुबळा' गोष्टीतील नामाची शारीरिक आणि मानसिक अवस्था वर्णन करताना हा ताप मला फार भोगावा लागला आहे.

ध्वनी, शारीरिक हालचाली, गंध – हे सगळे मला तीव्रतेने कसे जाणवते, याचा तपशील मी सांगितला.

आकार आणि स्पर्श याबद्दलही सांगता येईल.

रंगांबद्दलही बोलता येईल.

'बनगरवाडी'तील बारावे प्रकरण या तपासासाठी घेऊ.

तिथे बाजरीची कणसे 'शेलाटी' दिसतात. हिरवे बाटूक खाल्लेली जनावरे 'गोटीसारखी' गोल गरगरीत दिसतात आणि हिरवे-हिरवे खाऊन मेंढरे 'गुबगुबीत' होतात. परदेशी पाखरांचे थवे आभाळात निरनिराळे आकार दाखवतात; 'बारा बैलांचा नांगर धरतात'. उंच-उंच पायांची ती पाखरे 'गोल-गोल फिरत' पिकावर पडतात. कडधान्यांचे वेल 'पसरतात'. तुरीच्या 'उभार' झाडांवर 'सावळ्या' शेंगा दाण्यांनी भरू लागतात आणि मटकीच्या शेंगांचे 'झुबके' कुठे-कुठे दिसू लागतात. भुईमुगाच्या मुळ्या 'अंडी' धरू लागतात. बाजरीची कणसे चमकदार दाण्यांनी 'टचटचतात'. घरची गुरे 'कुरकुरीत' सरमाड खाऊ लागतात. करट्याचे पट्टे 'काट्याला' येतात. हरभऱ्याचे 'पोचट' घाटे लोंबू लागतात.

इथे बाजरीची 'तपकिरी' कणसे 'जांभळ्या' फुलाऱ्याने डवरतात. कुरडूचे 'पांढरे-जांभळे' तुरे डुलतात. बाजरीच्या भाकरी 'हिरव्या' दिसतात. थंडीच्या दिवसांत धनगरांची 'काळी अंगे' 'काळ्या घोंगड्यां'तून निघेनाशी होतात. 'पांढऱ्या' दोऱ्यांनी 'काळ्या' छाटणीवर मोर-बैलांची चित्रे काढली जातात. 'निळे-जांभळे' रुमाल धनगरांच्या हातांनी उडू लागतात.

या प्रकरणात लय, ताल, गती दाखवता येईल. वास, स्पर्श, रंग दाखवता येतील. आकार दाखवता येतील. रुची दाखवता येतील.

कोणी विचारील, हे सारे कधी काळी लिहिणाऱ्याने अनुभविले आहे, असे मानले, तरी ते पुन्हा स्मरते का? याला ही आठवण कशी बरे होते? स्मरणशक्ती फारच तीव्र पाहिजे.

खरे सांगायचे, तर मी आठवणींचा धड मुळीच नाही. अरविंद गोखल्यांच्या

घरी दहा वेळा जाऊनही ते कुठल्या गल्लीत आहे, हे मला अजून पटकन सापडत नाही. एखाद्या वेळी जेवण संपल्यावर मी भात खाल्ला होता का, हे मी बायकोला विचारतो.

मग हे बारकावे कसे आठवतात?

याला उत्तर असे की, मुळात मनाचा कलच तिकडे असावा लागतो. व्यापाऱ्याला रकमा आठवतात. ऑपरेटरला टेलिफोनचे नंबर पाठ करावे लागत नाहीत. चांभाराचे लक्ष पायताणाकडेच जाते. तो ज्याच्या-त्याच्या मनाचा कल आहे. मनाचा कल अशा सूक्ष्म गोष्टी टिपण्याकडे असला की, शहाणे मन रस्त्याने जात असताना दुसरे एक वेडे मन कुठे तरी भटकत असते. दिसेल ते, आवडेल ते गोळा करीत असते. असल्या अगणित वस्तूंचा संग्रह त्याच्यापाशी असतो. अतिसंवेदनक्षम अशा त्या मनाने ह्या बारा भानगडींचा साठा करूनच ठेवलेला असतो. आपल्याला नकळत आपली गुणी बायको जशी चार पैसे शिल्लक टाकून साचवीत असते, तसे हे आपल्याला नकळत घडलेले असते; आणि जेव्हा वेळ येते, तेव्हा हे धन उपयोगी येते. मग आपण इच्छा करतो, तेव्हा हव्या तसल्या वस्तूंचे अनेक नमुने ते आपल्यापुढे आणून टाकते आणि हे पुष्कळ वेळा किती तरी झटपट होते. त्यांतल्या ज्या आपल्याला हव्या त्या जागी बसतील, तेवढ्या आपण घेतो आणि बाकीच्या 'परत न्या' म्हणून सांगतो.

पेळूतून सूत निघावे, तसे निवेदन निघते. नेमके शब्द येतात. वाक्यांची लय साधते. सगळे कसे प्रवाही बनते, जिवंत बनते. ही लय साधते, तेव्हासुद्धा मन कसे डोलू लागते. मनच नव्हे, तर शरीरसुद्धा! ती लय आपल्या रक्तामांसाला जाणवते. कारण हा जणू आपल्या आत्म्याचा उद्‌गार असतो.

आत्म्याच्या या उद्‌गाराला, ओंकारालाच 'शैली' म्हणतात का? यालाच 'शैली' म्हणत असावेत. 'शैली' म्हणजे केवळ जे सांगायचे, ते परिणामकारक पद्धतीने सांगणे; एवढेच नसले पाहिजे. यापेक्षा 'शैली' म्हणजे मोठी वस्तू असली पाहिजे.

माणसाची स्वत:चीच अशी जिगर म्हणजे 'शैली' असावी. त्याची सारी आंतरिक उत्कटता म्हणजे त्याची 'शैली' असावी.

शैलीबद्दल बोलताना आपण भाषेचा बाऊ करतो. भाषा ही कमवावी लागते, असे सांगितले जाते. पण ही वस्तू मिळवतो, म्हणून मिळवता येण्याजोगी नाही. 'भाषा' ही आईच्या दुधासारखी मिळते. इकडून-तिकडून गोळा करून ती आणता येत नाही.

मी गेले तीस पावसाळे कसे घालवले, कुठे घालवले, हे माझी भाषा

सांगेल. मी मनाने शेळपट आहे, का चांगला ठणक्या आहे, हे माझी भाषा सांगेल. मी चार दिवसांचे शिळे तुकडे ओढ्यातील पाण्यात भिजवून खाल्ले असतील, तर त्याचा परिणाम माझ्या वाक्यांवर होईल. मी जे भोगले, जे पाहिले, जे ऐकले; त्या-त्या सगळ्यांनी माझी भाषा बनली आहे.

हे सगळे जर ध्यानात घेतले, तर अमुक एक लेखक अमुकच भाषा का वापरतो, असा प्रश्न निरर्थक ठरेल. पात्रांच्या तोंडी गावंढळ आणि अशुद्ध भाषा असू नये, असा आग्रह म्हणजे अडाणीपणा ठरेल.

बोलीभाषेबद्दल आपल्या काही भ्रामक समजुती आहेत, असे मला वाटते. आपल्याकडील एक भाषाशास्त्रज्ञ ना. गो. कालेलकर यांनी भाषेसंबंधी काही चांगले विचार पूर्वी 'सत्यकथे'तून प्रकट केले होते, ते मला आठवतात. भाषा एक असते आणि तिचे पोटभेद अनेक असतात, असे आपण म्हणतो. पण खरोखरीच असे नसते. मुळात सगळीकडे चालू असतात, त्या बोलीच भाषा. ह्यांतील एखादी बोली प्रमाणभूत मानली जाते, तेव्हा तिच्यात ग्रंथरचना होते. आणि एकदा का ग्रंथरचना होऊ लागली की, तिचे स्वरूप प्रवाही राहत नाही; ती जड, चिवट अशी होत जाते. आपली ग्रांथिक भाषा वाचून एखादा परकीय माणूस मराठी बोलू लागला, तर त्याचे हसे होईल. भयानक भाषेत तो बोलेल.

आपली भाषा ही अशी निर्जीव व चिवट होता कामा नये. तोंडी बोलीपासून ती वेगळी पडता कामा नये. ललित लेखनात हे अंतर वाढू देता कामा नये. तरच हे लिखाण वाचता-लिहिता येणाऱ्या सामान्य माणसाच्या आटोक्यात राहील.

बोली ही गावंढळ आहे, हीन आहे, असे पटवून दिले जाते. भाषा ही नदीसारखी प्रवाही, पवित्र असते. आई-बापाच्या तोंडून मूल शिकते, ती भाषा अशुद्ध कशी?

मराठी मुलखात मराठी आई-बापांपोटी जन्माला आलेल्या मुलांची भाषा अशुद्ध असूच शकत नाही. परदेशातला, परप्रांतातला माणूसच फक्त ती अशुद्ध बोलू शकेल; एरवी प्रत्येक मराठी माणूस हा शुद्धच बोलतो.

'जोशी सांगेल, ती तीथ; आणि राजा सांगेल, ती नीत', अशी एक म्हण आहे. त्याचप्रमाणे एक विशिष्ट जात बोलते, तीच शुद्ध मराठी आणि इतर लोक बोलतात, ती अशुद्ध – असा समज प्रचलित आहे; आणि ही गोष्ट आपण इतक्या अधिकारवाणीने सांगत आलो आहोत की, खरोखरीच ती भाषा आजवर बोलणाऱ्यांना आपल्या भाषेची लाज वाटू लागली आहे. मुलांना आई-बापांचा तिटकारा वाटतो. असली भाषा बोलणारा प्राथमिक शिक्षक आला, तर

त्याचे हसे होते. जणू काही लक्षावधी लोक बोलतात, ती ही भाषा अत्यंत अशुद्ध आहे, ती बोलणे कमीपणाचे आहे, ती आपण टाकून दिली पाहिजे, असा समज सर्वत्र फैलावत आहे.

– आणि ही फार काळजी वाटण्याजोगी गोष्ट आहे. बोली ही अशुद्ध नाही. 'ण' ऐवजी 'न' म्हणण्यात काहीही पाप नाही. व्हय, न्हाई, आगा, कागा म्हणण्यात काहीही कमीपणा नाही. शुद्धाशुद्धतेच्या नादी लागून आपण आपली जोरदार, नेमकी आणि रसरशीत भाषा टाकून देणे, ही भयंकर गोष्ट आहे.

आपल्या प्रत्येक निर्मितीमागचा बनाव सांगणे ही कठीण गोष्ट आहे, हे मी सुरुवातीलाच सांगितले आहे. कारण जे झाले, ते आठवत नाही. माणदेशी माणसांचे जन्म कसे झाले, हे मला आता नीटसे स्मरत नाही. काही ढोबळ स्मरते.

मी फार बेकार अवस्थेत असताना या माणसांचे जन्म झाले आहेत. धर्मा रामोशी आणि नामा मास्तर ही दोन माणसे मी प्रथम लिहिली होती. पण हे मी काही फार चांगले लिहिले आहे, याची मला जाणीव नव्हती. 'मौज'कार भागवतांनी एकदा ती दोन्हीही माणसे पाहिली आणि मला 'आणखी काही लिहा', असा आग्रह केला. मग मी आठवू लागलो; आणि आठवून-आठवून माणसे लिहिली. त्यांतले सगळे मुखवटे खरे आहेत. काही ठिकाणी दोन-तीन व्यक्तींचे रसायन एकत्र झालेले आहे. ही सगळीच चित्रे मात्र सहजस्फूर्त नाहीत. माणदेशात वणवण हिंडून, दादा-बाबा करून एकेकाला मला बोलवावे लागले आहे. हाता-पाया पडून, बळे-बळे ओढून आणावे लागले आहे. बन्याबापू हे गृहस्थ मी पाहिले होते; पण त्यांच्याबद्दल मी ऐकलेच फार होते. ते ऐकून मला जास्ती समजले. खरे तर, शिव्या माळ्याने चोरी केली नव्हती. दुसऱ्याच एका प्राथमिक शाळेतील गड्याने केली होती. पण ती शिवानेच केली आहे, असे मला वाटले. खरी चोरी ज्या गड्याने केली होती, त्याच्याकडे दुर्लक्ष करून मी शिवाचीच जबानी ऐकून घेतली आणि त्यानेही मनोगत सांगून आपले तोंड माणदेशातून काळे केले. मला वाटेत भेटणारा वेडा बकस एक नव्हता, दोन होते. वास्तवात एक करीम होता आणि एक बकस होता. पण माझ्या मनात ते दोघेही एकमेकांत मिसळून गेले आणि अंत:करण व्यथित करणारा एकच बकस मला दिसला; आणि तो या दोन्ही पोरांपेक्षा जास्ती जिवंत होता. खालाने चुरमुरे-डोळे देण्यापलीकडे आणि आमच्यावर मुलाप्रमाणे प्रेम करण्यापलीकडे आपले हृद्गत मला कधीच सांगितले नाही. त्या रामा मैलकुलीने माझ्याबरोबर मैलाचे धोंडे रंगविले, पण मी दिलेली पोळी बहिणीच्या पोरासाठी बांधून घेऊन

तो फार थोडे बोलला. त्याचे ते गणित मी स्वत:च घालून घेतले.

याचे धड त्याला आणि त्याचे नाक याला, अशी ही उलाढाल करूनसुद्धा मला ही माणसे एकसंधच वाटली. ती कधीच खोटी वाटली नाहीत.

मी एका चित्रपट कंपनीत काम करीत असताना, सोइस्कर वेळ पाहून तिथल्या ड्रायव्हरने मला विचारले, ‘‘का हो साहेब, ही तुम्ही लिहिलेली माणसं खरी आहेत का?’’

मी नि:शंकपणे म्हणालो, ‘‘हो, खरीच आहेत.’’

त्यासरशी आपल्याला जे वाटत होते, ते खरेच होते, ते खरेच ठरले, याचा आनंद त्याला झाला आणि थोडीशी सलगी करून तो म्हणाला, ‘‘तरी मला वाटलंच! कल्पनेनं हे लिहिताच येणार नाही, हो.’’

मी म्हणालो, ‘‘होय बाबू, कल्पनेनं नाही लिहिता येत!’’

हे मी खरे बोललो होतो.

असे म्हणतात की, प्रत्यक्ष ते जीवन पाहिल्याशिवाय लिहिता येत नाही. पण हे नेहमीच खरे असते, असे मला वाटत नाही.

बनगरवाडीत मी स्वत: काही मास्तर नव्हतो. बनगरवाडीत मी स्वत: राहिलोही नाही. तो कारभारी मी फारसा पाहिलेलासुद्धा नाही. माझा थोरला भाऊ धनगरांच्या एका गावी मास्तर होता. तो एकदा पुण्याला आला असताना ही सारी हकिगत त्याने मला सांगितली. त्याने कादंबरी नाही सांगितली; पण काही प्रसंग सांगितले आणि मला अश्वत्थाची गंभीर सळसळ ऐकू आली आणि दोन-तीन वर्षे ही सळसळ मी ऐकत होतो.

मला वाटले की, हे सगळे सांगितले पाहिजे. त्यानंतर मी जेव्हा-जेव्हा गावी गेलो, तेव्हा-तेव्हा माझ्या गावच्या रामोश्यांना, मेंढपाळांना मी नाना प्रश्न विचारीत होतो. मी मेंढरवाड्यात जाऊन पाहत होतो. माझ्या भावाने जी पात्रे मला सांगितली होती, ती वास्तवात होती. त्यांची अधिकाधिक माहिती मी घेत होतो. ज्याच्या ज्याच्याकडे मेंढरे होती, त्याला-त्याला मेंढरांबद्दल विचारीत होतो. रामोश्याचा तो आनंदा कसा जगतो, हे विचारत होतो.

आता सांगताना हे सगळे फार कृत्रिम वाटते, पण त्या वेळी ते अगदी जिवंत होते.

माझ्या कथेसाठी जे-जे आवश्यक होते, ते-ते मला असे बाहेरून मिळणार नव्हते; पण जे काही मिळेल, ते मी गोळा करीत होतो. मधमाशीने मध गोळा करावा, तसा खपत होतो.

मला निश्चित आठवत नाही, कारण मी टिपणे कशाचीच केली नाहीत; पण माझा हा उद्योग दोन-तीन वर्षे तरी चालला होता. या काळात पुष्कळशी बाह्य जमवाजमव केली आणि मग शेवटी मी मांडी ठोकून बसलो. माझ्यापाशी केवळ धूसर अशा कल्पना होत्या; ही कथा कशी घडावी, याचा काही आराखडा मी केला नव्हता. पण ती पात्रे विश्वासू आहेत, हे मला माहीत होते. कागद आणि लेखणी यामध्येच आता सारी कथा धावणार होती. तिथेच आता सगळे सुसूत्र घडणार होते.

मी स्वत: मास्तर झालो आणि एका सकाळी उठून बनगरवाडीची वाट चालू लागलो. या गावातली काही माणसे माझ्या ओळखीची होती. तो कारभारी, तो दादू बालट्या, तो रामा, तो आनंदा – हे सगळे परिचयाचे होते; पण आयूबशी माझी ओळख काही पूर्वीची नव्हती. तो एकाएकीच आला. तो जसा आला, तसा दुष्काळसुद्धा एकाएकी आला. तो येणार आहे, याची काहीही कल्पना मला सुरुवातीला नव्हती.

जवळजवळ महिनाभर ही कथा मी लिहीत होतो. महिनाभर मी बनगरवाडीत हिंडत होतो. तिथली माणसे माझ्या माहितीची होती, पण तिथला निसर्ग माझ्या माहितीचा नव्हता. तो एवढा बळवंत होऊन येईल, असेही मला सुरुवातीला वाटले नव्हते. आपण लिहितो आहोत, ही कादंबरी आहे का, ह्याबद्दलही मला खात्री नव्हती.

पण हे सारे लिहिताना, थंडीच्या दिवसांत जाळाला पाठ देऊन बसल्यावर होते, तसे होत होते. कधी पाऊसकाळ सांगताना मी गारठत होतो. त्या लहान नखाएवढ्या बेडक्या अचानक कुठूनशा येऊन माझ्या मनात उड्या हाणीत होत्या. माझ्याजवळ साठवून ठेवलेले मीठ ओल्या हवेमुळे पाझरत होते. सुगी लागताना हुरड्याच्या कणसांचा वास मला येत होता. जोंधळ्याच्या पानावरची साखर ओरबाडीत मी पिकातून धावत होतो आणि धनगर होऊन गज्जी नाचत होतो. 'डिबांगऽ डिपांगऽ, डिपाडीऽ डिपांग्ऽ' हा ढोलाचा नाद किती तरी दिवस मला ऐकू येत होता.

मध्यंतरापर्यंत मी आलो, तरी बनगरवाडीचा शेवट काय होणार होता, हे मला माहीत नव्हते.

शेवट काय, याचा विचार मी सुरुवातीला केला नाही; कारण सुरुवात केली होती, त्या अर्थी शेवट हा होताच.

– आणि मग एकाएकी तो बळवंत निसर्ग तिचा शेवट करायला आला. बनगरवाडीतील सगळी स्वप्ने त्यानेच मोडून टाकली. भुकेल्या

लांडग्यासारखा तो धनगरांचा वास घेत रात्री-अपरात्री, मोकळ्या वाडीत हिंडू लागला. त्यासाठी का तो प्रथम जोर धरून आत घुसला होता?

कथा ही लेखणी आणि कागद यांच्यामध्येच घडते, असे म्हटले जाते; ते अशा अनुभवाच्या अनुरोधानेच का? निर्मिती ही, जे सापडले आहे, ते सांगण्याची क्रिया नव्हे; तर जे भावते आहे, ते शोधण्यापर्यंतचा कोलंबशी प्रवास असतो, हे खरेच. आणि हा प्रवास लेखकाला अगदी एकाकीपणे करावा लागतो. या शोधात त्याला मदतनीस असे कधी, कोणीच नसते.

मी असे जेव्हा म्हणतो, तेव्हा आणखीही एक गोष्ट मला सांगावीशी वाटते की, मी स्वत: मनातली अस्पष्ट कथा कधी-कधी समानधर्म्यांना सांगतोही. तशी सांगतानाही ती कधी-कधी बरीच घडून जाते.

बनगरवाडीतले प्रसंग मी गंगाधर गाडगीळांना सांगितले, तेव्हा ते म्हणाले, ''हे सगळे फार पोटंट आहे. पण कोणत्या सूत्रात ते तुम्ही गुंफणार आहात?''

मी जे अनुभवले होते, तेच 'मी'च्या तोंडून मी सांगणार होतो. या 'मी'च्या सूत्रात ते सगळे गोवायचे होते. मग तेच प्रसंग मी पुन्हा अनेकांना सांगितले. बारकाव्यांत भर पडत गेली; पण सगळे एकत्र येईना. एकसंध आकार घेईना. शेवटी दिवाळीपूर्वी पंधरा-तीन आठवडे मी भागवतांना सांगून आलो की, बनगरवाडी देतो; आणि त्यांच्याच म्हणण्याप्रमाणे बैठक मारली. जे आहे, तेच लिहून काढण्यासाठी बसलो – आणि आकार येत गेला. आपोआप येत गेला.

लिहिताना मी बेहोश होतो. बाराव्या प्रकरणातील सुगीचे दिवस हा भाग लिहिताना मी स्वत:वरच खूश झालो होतो.

म्हातारा कारभारी मेला, हे सांगून झाल्यावर मी रात्री दोन-अडीच वाजता एकटाच टेबलाशी गप्प बसून राहिलो होतो. त्या दिवशी पुढे काही लिहिता आले नाही.

सगळे लिहून झाले, तरी मला वाचकांच्या प्रतिक्रियेबद्दल साशंकता होती. ती मी बोलून दाखवली होती. मुंबईहून गॅल्या (मजकूर) तपासण्यासाठी येऊ लागल्या आणि काही भाग मी माझ्या थोरल्या बंधूंना वाचून दाखवला. तेव्हा ते विलक्षण भारावून म्हणाले, ''व्यंकोबा, हे तुमचे पुस्तक बेस्ट ठरेल!''

पण तरीही मला वाटले की हे बंधुप्रेमच आहे.

वाचकांची प्रतिक्रिया काय होईल, याविषयी मला नेहमीच फार धाकधुक वाटते. कथा लिहिताना नव्हे, ती प्रसिद्ध होण्यापूर्वी.

काही लेखक म्हणतात की, आम्ही स्वत:साठी लिहितो. वाचक काय

म्हणतील, याची पर्वा आम्हाला नसते. मी शपथेवर सांगेन की, मी स्वत:साठी लिहीत नाही. हां, मीसुद्धा स्वान्तसुखाय लिहितो, असे मी म्हणेन; पण ते वेगळ्या अर्थाने. या 'स्व'मध्ये बरीच आपली मंडळी असतात. लोकांनी वाचल्याशिवाय मला सुख मिळत नाही. 'स्व'मध्ये मी लोकांसह वर्तमान असतो. आपल्याला जे मोलाचे आहे, ते दुसऱ्यालाही तसे वाटावे, असे वाटते. हे दुसरे कोण आहेत याची बारीक बुद्धीने चौकशी करायला लागल्यावर त्यात मला एक बुटके मास्तर दिसतात.

'तू या जन्मात मुलकी परीक्षा पास होणार नाहीस!' असे ते मला म्हणाले होते.

एक पांढऱ्या मिश्यांचे, बंदूक वागवणारे देशमुख दिसतात. ते म्हणाले होते, 'थोरल्या भावाची धोतरे बडवून तू जगशील!'

मला वाटते की, मी या दोघांसाठीसुद्धा लिहितो.

अगदी स्वत:साठी लिहायचे, तर 'पृथ्वी विपुल आहे, काळ उदंड आहे,' असे भवभूति का म्हणाला? कुणी तरी वाचक निघेल, असे त्याने का म्हटले? मला पर्वा नाही, असे म्हणून तो शेला झटकून मोकळा का नाही झाला? देहूच्या त्या वेड्याने अभंगांच्या शेवटी 'तुका म्हणे' का म्हटले? तो नामा तसे का 'म्हणाला'?

तुकारामावरून आठवण झाली. प्रतिकूल टीका झाली की, लेखकाने एवढे बिथरून का जावे, असे म्हणतात. आपल्या मराठी लेखकाची कातडी फार पातळ आहे, असे म्हणतात. कातडी जाड ठेवली, तर लेखक हा लेखकच राहणार नाही; गेंडा होईल. मला तर टीकाकाराने काही वेडेवाकडे म्हटले की, त्याच्या ठिकाणी पांढऱ्या मिश्यांचा तो देशमुख दिसतो. भूमिती शिकवणारे ते बुटके मास्तर दिसतात. बुटके हे आडनाव नाही; विशेषण आहे.

विषय सोडून मी भलतीकडे गेलो. आपण बोलत होतो, ते काही कथांच्या बनावासंबंधी.

'अनवाणी' या कथेचा जन्म सांगण्याजोगा आहे. ही कथा उत्कृष्ट आहे, असे नाही; पण एका तपासासाठी ती आपण घेऊ. तीन-चार वर्षांपूर्वी आमच्या आळीला एक पोस्टमन येत असे. पत्रे वाटत-वाटत आमच्या घरापर्यंत यायला त्याला दुपारचे बारा-साडेबारा वाजत. रखरख उन्हात तो पोरगेलासा, गोरटा पोस्टमन अगदी अनवाणी यायचा. बुजरेपणाने यायचा आणि पत्र देऊन जायचा.

अनेक दिवस मी पाहत होतो की, त्याच्या पायात पायतणे नाहीत; तो अनवाणीच येतोय. मला अनेकवार इच्छा होई की, याला आपल्या पायतणांचा एक जोड द्यावा. पण ती प्रत्यक्ष कृती मात्र माझ्या हातून कधीच घडली नाही. कसे विचारावे, असा संकोच वाटे. त्याला हा अपमान तर वाटणार नाही ना, असे वाटे. अशा संकोचामुळे त्याला जे द्यायचे, ते मी दिले नाही.

ही पायतणे पुढे तीन वर्षांनी मी त्याच पोस्टमनच्या पायांत घातली. मी स्वतः नाही; एका कोवळ्या मुलीने घातली. फार तर असे म्हणा की, ही पायतणे त्या पोस्टमनला देण्यासाठी मी एक पंगू मुलगी झालो. माझे दोन्ही पाय मी पंगू करून घेतले आणि कुणालाही न सांगता-सवरता आपल्याजवळ साठवलेल्या खाऊच्या पैशांतून त्या वहाणा घेऊन मी पोस्टमनला दिल्या आणि अशा मार्गाने मला जे प्रत्यक्षात मिळत नव्हते, ते मी मिळवले. माझे समाधान झाले; आणि माझ्यापासून वेगळे असे बाहेरचे जग होते, त्यालाही त्या मुलीचे हे करणे पाहून बरे वाटले.

या अनुरोधाने असे म्हणता येईल का, की पुष्कळदा लेखकाला या नेहमीच्या व्यवहारात जे मिळत नाही, ते तो एका वेगळ्याच जगात शिरून मिळवतो!

तो स्वतःही मिळवतो आणि दुसऱ्यालाही मिळवून देतो. हे खरे आहे. असे असते.

असे म्हणतात की, वास्तवाच्या लहान डहाळीवरून उड्डाण घेऊन तो कल्पनेच्या एका वेगळ्या राज्यात शिरतो. तिथून काही गोळा करून आणतो. परत वास्तव जगात येण्याची वाट त्याला सापडते; आणि मग आपल्या पहिल्या जागी येऊन, आणलेले जिन्नस आपलेच असे एक रसायन शिंपडून तो इतके खरे करतो की, दुसऱ्याला ते अगदी पटते. ते पाहून त्यांची हृदये हेलावून जातात. चकित होतात.

वेड लागलेला माणूससुद्धा कल्पनेच्या जगात शिरतो; पण त्याला परत कुठे येता येते? आणि त्या जगातील ओली माती बरोबर आणून कलाकृती तयार करण्याचा चमत्कार त्याला कुठे करता येतो?

'चार सामान्य माणसांपेक्षा कलावंतापाशी जास्ती काही असते,' असे जे म्हणतात, ते हेच.

एके दिवशी भल्या सकाळी मी जागा झालो. डोळे उघडता क्षणीच

सूर्योदयापूर्वीचा फिक्कट हिरवा प्रकाश मला दिसला. परसात फुललेल्या प्राजक्ताचा सुरेख वास आला. मला असे वाटले की, आपण उमललो आहोत. घरात माझ्याखेरीज दुसरे कोणी नव्हते. मी एकटाच होतो. मी उठून स्वयंपाकघरात गेलो. तिथल्या सगळ्याच वस्तू मी आज नव्याने पाहत होतो. तीन पायांवर उभा राहिलेला पिवळा स्टोव्ह, चकचकीत चेहऱ्यांची गोल गरगरीत ताटे, ताटाळ्याला लोंबकळणारे चमचे आणि पाळण्यात मूल उभे राहावे, तसा तारेच्या शिंक्यात उभा राहिलेला दुधीभोपळा. हे सगळे मी नव्याने पाहत होतो.

चहा करून मी एकटाच टेबलापाशी बसलो आणि एकाएकी मला मंजुळ आवाज ऐकू आला –

"काय, आम्हाला मिळेल का चहा?"

मी वळून दाराकडे पाहिले – आणि चौकटीत मला सकाळची पाहुणी दिसली.

हा नुसता भास नव्हता. भास हा हलका शब्द होईल. भासापेक्षा हा प्रकार निराळा होता. भास आणि सत्य यांच्यामधले काही तरी ते असावे.

हे सगळे एका निमिषात होऊन गेले; पण जे पाहिले, ते माझ्या मनावर किती पक्के झाले होते. दारातल्या पाहुणीचा चेहरा, रंग, रूप – एवढेच काय, तिच्या साडीच्या सुरकुत्या, वस्त्राआडून दिसणारे नितळ अंग, बाक आणि गोलाई – सगळे मला दिसले होते!

हे काय झाले, काय झाले? – असा अचंबा मी करीत राहिलो. ते काय होते, ह्याचा तपास करण्यासाठी किती तरी वाटा धुंडाळल्या. हा भास समजायला माझे मन तयार होईना. हे सत्य आहे, हेही मान्य करीना. ते केवळ कळा सोशीत राहिले आणि मी 'सकाळची पाहुणी' ही कथा लिहिली.

पुढे माझी ही कळ ओसरली, तरीही गुलाबाचे एक शिळे फूल माझ्या हातात काही काळ राहिलेच होते! सकाळच्या पाहुणीने ते माझ्या फुलदाणीतून काढले होते. माझ्या हाताने आपल्या केसांत खोवून घेतले होते!

किती तऱ्हांनी या कथा येतात; किती दिशांनी येतात! सुगीच्या दिवसांत भोरड्यांचा कळप यावा, तशा येतात. पाऊसकाळात नको त्या ठिकाणी कोंब उठावा, तशा उठतात. निळ्या-काळ्या आभाळात धना उमटावा, तशा उमटतात. वीज लवावी, तशा लवतात. माणसाने आपले चकित होऊन पाहावे, असा खेळ चाललेला असतो.

खरेच खेळ पाहावा, तसे हे सगळे सुरुवातीपासून शेवटपर्यंत पाहता येते

का? आपणही आत घुसून पाटी धरावी, सुर्रीओ करून पळावे, असे वाटत नाही का? वाटते तर काय; पण तो मोह आवरावा लागतो. तो कसा आवरता येतो, ते नाही सांगता येणार. वयात आलेली मुलगी पदर आवरते, तसे ते सहज आणि नेमके होते. फार तर फार असे म्हणा की, चारचौघांपेक्षा कलावंताला अधिक असे जे डबोले मिळालेले असते, त्यामुळे हे होते. त्याला ही 'देणगी' असते.

'देणगी' हा लहान शब्द आहे. फार मोठ्या कलावंतांबद्दल बोलताना आपण त्याला 'वरदान' म्हणू या.

'– वरदान आणि शापही.'

होय. फार मोठे जे कलावंत असतील त्यांना हे वरदान मिळते आणि त्याचबरोबर शापही मिळतो. त्या बापड्याला रात्रंदिवस युद्धाचा प्रसंग असतो. त्याच्यातला ह्या जगात असणारा माणूस आणि त्याच्यातला कलावंत सारखे एकमेकांवर उठलेले असतात. एकपाशी साधी लाठी असते आणि दुसरा चांगला पंचहत्यारी असतो; आणि असे तुंबळ युद्ध चाललेले असते. एकीकडे या जगातले सुख घ्यावेसे वाटते, समाधान मिळावेसे वाटते; आणि दुसरीकडे निर्मितीचा धगाटा धडधडत असतो. त्याला या आहुती द्याव्या लागतात. सुखाची झोप मिळत नाही. सुखाची भाकरी मिळत नाही. चैन पडत नाही.

कारण स्वतःचे खासगी आयुष्य सोडून त्याला फार उंच-उंच जावे लागते. अवघ्या मानवजातीला ऐकू जाईल, अशी हाक त्याच्या आत्म्याकडून उठावी लागते ना! फार मोठ्या कुटुंबातल्या कर्त्या माणसावर जशी सगळ्यांना सांभाळण्याची जबाबदारी असते आणि त्या जबाबदारीखाली स्वतःकडे बघायला त्याला जसे कधीच होत नाही, तसे कलावंताचे असते. अनंत लोकांच्या इच्छा-आकांक्षांच्या बोज्याखाली त्याची स्वतःची इच्छा-आकांक्षा वाकून, दुमडून जाते. त्याला फार भारी किंमत द्यावी लागते – मग त्याची स्वतःची इच्छा असो वा नसो.

पण मी माझ्या गोष्टीची गोष्ट सांगता-सांगता फार मोठ्या माणसांची गोष्ट सांगत सुटलो आहे.

माझी गोष्ट मघाशीच संपली – 'जिथे ते शिळे गुलाबाचे फूल माझ्या हातात आले, तिथेच!'

■

अध्यक्षीय भाषण, सोलापूर जिल्हा साहित्य संमेलन, मंगळवेढे : १९५६

✆ +91 020-24476924 / 24460313
Email : production@mehtapublishinghouse.com
Website : www.mehtapublishinghouse.com

बोजा

नेवरा रस्त्यानं चालू लागला म्हणजे डाव्या पायावर अधिक भार टाकतो. त्यामुळं त्याच्या अंगाची काठी सारखी झोले घेत असते. मोहरमचे 'नालसाहेब' असेच झोले घेतात. या सारखेपणामुळं गावातले लोक नेवराला 'नाल्या नेवरा' म्हणून ओळखतात. अंगात एक मळका गंजिफरास, खाली आखूड धोतर आणि डोईवर पांढरी टोपी घालून गावातून हिंडताना नेवरा नजरेस पडतो. फारसा नाही. पिकाची उसाभर करीत तो रानातच असतो. पण त्याचं घर गावात आहे.

जातीचा कुणबी असूनही नेवराच्या आईला लोक 'बजा वाणीण' म्हणतात. ही म्हातारी भाल्यासारखी उंच आहे, पण म्हातारपणामुळं विळ्यासारखी वाकली आहे. आपल्या घरात एवढीशी खोली काढून तिनं त्यात किराणा मालाचं दुकानं ठेवलं आहे. धडा-दोन धडे गूळ, मण-पायली तेल, शेर-मापटं शेंगदाणे असा बेताबेताचा माल तिच्या दुकानात असतो. कपाळाला बुक्का लावून आणि गळ्यात माळ घालून ही म्हातारी गुळगुळीत पाटावर बसते आणि रुपयामागं आठ आणे फायदा हिकमतीनं उठवते. पैसा-दोन पैसे उधारी राहिली, तरी दुसऱ्याच्या दारात धरणं धरून बसते आणि वसुली होईतो तोंड वाजवते. आपल्या मिळकतीतला एक तांबडा छदामही ती पोराला देत नाही. ओढायला तंबाखू पाहिजे असली, तरी नेवराला म्हातारीपाशी पैसे मोजावे लागतात. म्हातारी दुकानाचा माल आणण्यासाठी मात्र पोराकडून पैसे घेते. महिन्याला मोटारीतून पंढरीची वारी करते. उंची धडुती फाडते आणि जिवाला गोडधोड करून खाते.

नेवराची बायकोही मोठी हरदमख्याली आहे. बजाची ही सून दातवण लावून दात काळेभोर करते. अफूची गोळी घालून पोराला पाळण्यात टाकते आणि गटाळण्या घालीत गावात फिरते.

लोक म्हणतात, नेवरानं एकवार बायकोला चांगलं लाथलावं. पण नेवराच्या हातून ही गोष्ट होण्यासारखी नव्हती. एकवार तो स्वत: स्वभावानं मवाळ होता. वाळल्या पाचोळ्यावर पाय न देणारा होता. आणि दुसरं असं की,

बायकोवर हात टाकला; तर ती तो निमूटपणे सोशील, असा भरवसा नव्हता. उलट, तिनंच चार तडाखे दिले, तर केवढी नामुश्किली! याचा दाखला त्याला स्वत:ला नाही, तरी म्हातारीला अनेकवार आला होता. सुनेवर तोंड टाकायला गेल्यावर तिनं सासूचे दोन्ही हात धरून तिच्या खोल गालफडावर चार ठेवून दिल्या होत्या. बजावलं होतं, ''याद धर थेरडे, पुन्हा माझं नाव काढशील, तर पाय मोडून टाकीन!''

बजा अशी गप्प बसणारी बाई नव्हती. तिनं तोंडावर हात घेऊन सारं गाव जमा केलं. तक्रार घातली. पण लोकांना दोघी जणीही कोणत्या गुणाच्या ते ठाऊक होतं. 'कुत्ता जाने और चमडे जाने' म्हणून सगळ्यांनी काही मनावरच घेतलं नाही. मग चिडलेल्या म्हातारीनं सुनेला ईख घातलं. देव घातले. 'करणी' केली. पण सून सगळ्यातून सुटली. ती म्हातारीचा बाप होऊन राहिली होती! आणि या सगळ्या महागोंधळात बिचारा नेवरा मुठीत जीव धरून दिवस ढकलीत होता. दिवसेंदिवस खंगत चालला होता. नेवरा बाइलीच्या आरी पडलाय, म्हणून लोक हिणवीत, म्हणून फारसा गावातही येत नव्हता. कर्जाचा बोजा फार झाल्यामुळं तो अगदी मेटाकुटीला आला होता, डबघाईला आला होता.

शेतीभाती, गुरंढोरं असताना नेवराला बोजा झाला कसा? आई आणि बायको यांच्या काहिलीमुळं. म्हातारी माल आणून शहरातल्या वाण्याला उधारी नेवराच्या नावावर मांडायला सांगायची. पंढरीला निघाली, म्हणजे वाटखर्चासाठी पाच-पंचवीस रुपये दुसऱ्याचे काढून तिला द्यावे लागायचे. बायको गावच्या सोनाराकडून कडीतोडे ठोकून घ्यायची. त्या दोघी सासवा-सुना बामनाच्या माणसावाणी झ्याकीत राहायच्या. तीस-तीस रुपयांची लुगडी फाडायच्या. दिवसातनं दहा वेळा कडक चहा प्यायच्या. या खर्चाच्या वागण्याला नेवरा कसा पुरा पडणार? बोजा फार झाला. नेवराला अन्न गोड लागेना!

एकदा त्याची गणा चलपत्याशी मुलाखत झाली. नव्या बांधलेल्या घराच्या पायरीवर शिग्रेट ओढत गणा बसला होता. माणूस मोठा हुशार होता. जिंदगीतले बरेच दिवस मुशाफिरी करीत तो शहर-गाव हिंडला होता. त्याच्यापाशी बक्कळ पैसा आहे, अशी बोलवा गावात होती. त्याचे केस इंग्रजी पद्धतीनं कापलेले असत. एक दिवसाआड तो गुळगुळीत दाढी करी आणि साबण लावून धुतलेला कफ-कॉलरचा शर्ट घाली. रेडिओ, ग्रामोफोन, पारशी आणि युरोपियन लोकांच्या चालीरीती, रेल्वे आणि मुंबई याविषयी त्याची माहिती आश्चर्यकारक होती. वाऱ्यानं न विझणारा दिवा, कळीची चकमक आणि सायकल – असल्या अपूर्वाईच्या वस्तू त्याच्या मालकीच्या होत्या. गणा खरोखर मोठा माणूस होता.

त्याची बायकोसुद्धा कागद वाचू शकत होती.

अंगच्या काठीला झोले देत नेवरा चालला असताना गणानं त्याला बघितला आणि हाक देऊन बोलावलं. म्हटलं, ''ये की शिग्रेट ओढ.''

गणासारख्या किंमतवान माणसानं बोलावून पांढरी विडी ओढायला देणं, ही गोष्ट खचित अभिमानाची होती. नेवरा बसला आणि आरामात धूर गिळू लागला.

मग गणानं गोष्ट काढली, ''नावोनाव वाळू लागलास, नेवरा. शीक हायेस काय?''

''चालायचंच! परपंच्याच्या काळजीनं माणूस खाली येतो!''

''तुला परपंच्याची काळजी का? बक्कळ कुणबावा हाय, म्हातारी शापवर पैसा कमवतीय....''

''दिसायला दिसतंय हे गणा, पर मी चौअंगानं खाली आलोय!''

यावर गणा शहर-गावातल्या माणसासारखा हसला. बोलला, ''मला नको बनवूस!''

''आन्नाच्यान खोटं न्हाई, गणा! हातात अग्नी हाय. लई वडावड चाललीया माजी!''

''कंच्या गोष्टीची?''

''पैक्याची... आन् दुसरी कंची?''

''लबाड बोलतोस!''

''आत्ता! तुझ्या गळ्याच्यान, रं. सुटली, बोल....''

''सुटली. पर असं का? तुज्यासारख्याला ही काळजी का?''

''खरं तर... असू ने; पर घरची माणसं चांगली न्हाईत, गणा. म्हातारी अन् बायकू माजं रगत खात्यात!''

''ते कसं?''

''म्हातारी मालासाठी पैका घेती. बायकूची रहाणी बामणिणीवाणी खर्चाची. लोकाचं देणं लई झालंय बग मला!''

''आँ?''

''व्हय. त्येनंच खाल्ल्यालं आन्न माज्या अंगी लागंना!''

बोलता-बोलता स्वत:ची स्वत:ला कणव येऊन नेवराचा आवाज कापरा झाला.

''कुणाला सांगावं रं? कुणापाशी बोलत न्हाई, बग. मनालाच खातू अन् गप बसतू. आज तू काळजाला हात घातलास, म्हणून बोललो. गणा, गड्या, ह्या गुंत्यातनं कसं सुटावं, हे सांग. तू शाणा माणूस. शेरगावात वागल्याला. आमा अडाण्याला वाट दाव!''

"अरं, दावणीचं एखादं जनावर मोड. भागव बोजा!"

"जनावर मोडून कसं भागंल? मिळतंय, ते आन्नबी तुटंल!"

मग दोघेही घटकाभर गप्प बसले.

काळोख झाला होता. समोरच्या घरांतून दिवे लागले होते. गणाच्या घरापुढच्या लिंबावर बसलेले पांढरे बगळे आता दिसेनासे झाले होते. गार वारा सुटला होता.

मग गणानं दुसरी शिग्रेट काढली. एक नेवराला देऊ केली. तसा तो म्हणाला, "नगं मला!"

"का, रं?"

"नगं. आपल्याला सवय न्हाई हे वडायची. सपक लागली. बरसान ईल. तंबाकू ह्यापरीस बेस. तू वड!"

गणानं धूर काढला.

"नेवरा, गड्या, मी बोलतो... पर तुला अवघड वाटणार न्हाई, न्हवं?"

"न्हाई. तू बोल. अरं, तू काय वाईट सांगशील का? तू माजा का वाद्या हायेस का?"

"असं कर – जिमिनीचा एखादा तुकडा बेच. त्याशिवाय दुसरी वाट न्हाई!"

नेवरा नाही म्हणाला खरा, पण गणाच्या या सल्ल्यानं त्याला अवघडच वाटलं. चैनीखातर झालेला बोजा फेडण्यापायी बापजाद्यांनी कमावलेली जमीन विकणं म्हणजे केवढी हरामी! जनलोक काय म्हणंल? नेवराला आपल्या म्हातारीचा आणि बायकोचा राग-राग आला. त्या दोघींनीच त्याच्या गळ्याला फास लावला होता.

"गणा, असं कसं रं करावं? जनलोक काय बोलंल?"

"अरं, जनलोक तुझा बोजा फेडायला येत्यात का? तुझ्या घरात चूल पेटंना, तर कोण जेवू घालणार हाय का?"

यावर नेवरा काही बोलला नाही, उगी बसून राहिला. ही गोष्ट गणानं नवीनच सांगितली, अशातला भाग नव्हता. एकांतात बसला असता, हा विचार नेवराच्याही मनी आला होता. पण जमीन विकायला त्याचं काळीज घट्ट होत नव्हतं. असा विचार मनात येणं, ही गोष्टसुद्धा शरमेची – अशीच त्याची भावना होती. पण आता गणासारख्या शहाण्या माणसानंदेखील हाच उपाय सुचवला, तेव्हा त्याचं मन डळमळू लागलं. वाटू लागलं की, जमीन विकावी; पण तसं तो गणापाशी बोलला नाही. म्हणाला, "वखुत झाला, गणा. जातो. जनावरांस्नी वैरण टाकायची हाय!"

– आणि उठून रानाकडे गेला.

मग चार रोज हीच गोष्ट त्याच्या मनी घोळत राहिली.

– आणि अखेर त्यानं ठरवलं की, जमीन विकायची.

दोन एकर विकायचे. हा कारभार एकट्यानंच करावा की, चार माणसांचा सल्ला घ्यावा? म्हातारीचा विचार घ्यावा? पण कुणाचा विचार घेऊन काय करायचं? देण्याच्या काळजीनं मी मरायला लागलोय; कुणी मला तारणार आहे का? फुकट हाय सगळा पसारा! आपला जीव सुखात असला, तर ह्या जमिनीचा, गुराढोरांचा उपयोग! काळजी-काळजीनं खंगून मेलो, तर जमीन संगं येणार आहे का? आणि म्हातारी तरी? बायकोसुद्धा दारापर्यंत पोहोचवायला येईल. मग कुणाचा विचार का म्हणून घ्यावा? चोख एक तुकडं बेचावं आणि बिनघोर व्हावं.

मग गणाला नाल्या नेवरा आवर्जून भेटला. रात्री काळोखात लिंबाखाली बसल्या-बसल्या त्या दोघांची भाषा झाली.

"गणा, तू सांगिल्याली वाट मी धरली!"

"तुकडं इकतोस का?"

"व्हय, इकतो!"

"म्हातारीचा इचार घेतलास का? गिऱ्हाईक बघितलंस का?"

"इचार कुनाचा अन् कशाचा घ्याचा? जिमीन माजी हाय. मी तिचं वाटंल ते करीन. आता गिऱ्हाईक मातूर कुणी भेटलं न्हाई. भेटलं न्हाई, म्हंजे काय, मी कुनाकडं गेलोच न्हाई!"

"मग?"

"माझं म्हणणं असं हाय गणा, आता कुठं कुणाला गळ घालू? जिमीन घिऊन टाक!"

"छ्या, छ्या! अरं, मला काय करायचं हाय तुझ्या जिमीनीचं! येडा काय तू नेवरा? मर्दा, तुला असं वाटलं काय, मला जिमीन पायजे म्हणून तुला हुलीवर घातला?"

"तसं नव्हं हां, आन्नाच्यान तसं न्हवं! पर मीच म्हणतो, तू घिऊन टाक!"

अशी 'हो-ना', 'हो-ना' झाली. खरं तर, गणाला मनातून जमीन घ्यायची होती. किंबहुना त्याच हिशेबानं त्यानं नेवराला ही वाट धरायला सांगितलं होतं. पण तसं दाखवावं कसं, म्हणून त्यानं आढेवेढे घेतले. नाना सबबी सांगितल्या.

"नेवरा, माज्यापाशी पैका न्हाई. मी जिमीन घेऊ कशी?"

"नगं आता लई वडून धरूस, गणा. काय दोन-पाच रुपय कमी दे, पर तूच जिमीन घे!"

अखेर गणानं जिमीन घ्यायचं कबूल केलं; आणि पुढच्या दोन दिवसांत 'इसार-पावती' झाली. अंगठा उठवून देऊन, शंभर रुपये कनवटीला लावून नेवरा घरी आला. त्या दिवशी पोटभर जेवला.

दुसरा दिवस संपला.

रात्री भाकरी खायला नेवरा घरी आला आणि तिथला प्रकार बघून त्याला दरदरून घाम सुटला.

म्हातारीनं आढ्याला दोर टांगून फास तयार केला होता. बायको वरवंटा पुढ्यात घेऊन बसली होती. जय्यत तयारी करून नेवराच्या येण्याचीच जणू त्या वाट बघत होत्या. तो येताच दोघींनीही गहिवर घातला.

"अरं, असा कसा रं कसाई जन्माला आलास? अरं, बापजाद्यांनी मिळवलेली जिमीन कशी रं इकलीस?"

"अवं, आमी तुमचं कुनी न्हवतोच का? आमाला न इचारता जिमीन कशापायी इकली? आता आमी पोटाला का बिबं घालावं का?"

बायको वरवंट्यावर ताड्ताड् डोकं आपटून घेऊ लागली आणि म्हातारीनं पायांखाली घडवंची घेऊन फासात मान अडकवली!

घाबराघुबरा होऊन नेवरा तोंडावर हात घेऊन ओरडला, "असं कशापायी गं आये? फास घिऊन मला काळं पानी दावतीस का?"

"अरं, काळ्या पान्यानं न्हाई भागायचं; तू फासावर चढशील! तुझी करणी बघण्यापरीस मी फासावर मरते. मला आडवा नगं होऊस!"

इकडे बायकोनं कपाळ रक्तबंबाळ करून घेतलं. नेवरा जाऊन तिच्या अंगावर ओरडला, "तू बी कपाळ फोडून मरतीस का? अगं, मग मी कुटं जाऊ?"

– आणि त्याला रडंच आलं. पण बायकोला नवऱ्याची कणव आली नाही. वरवंट्यावर डोकं आपटीत बोलली, "नवरा न्हवंस तू, वैरी हायेस माजा... वैरी! असल्या नवऱ्याची बायकू म्हणून घेण्यापरीस मी मसणवाटंत बसते!"

घरात घटकाभर एकच कालवा झाला. नाल्या नेवऱ्याच्या घरात कुणी तरी मेलं, म्हणून सगळं गाव जमा झालं.

सगळ्यांनी हा तमाशा बघितला.

अखेर चार जाणती माणसं पुढं झाली आणि त्यांनी म्हातारीची समजूत घातली, "खुळ्या काय तुमी? फास लावून घेऊन सगळ्या गावाला कोर्टाच्या

वाऱ्या करायला लावनार काय?''

म्हातारी अंगात आल्यासारखी घुमू लागली.

''जिमीन इकली भाड्यानं! माजं वाटुळं झालं! माजं घर उठलं गावातनं! आता मी कशाला वं जगू?''

मग नेवरा रडत-रडत गावाला सांगू लागला, ''का करू, इकू न्हाई तर? बोजा झालाय अंगावर! पैका आनू कुटला? मीच मरतो ईख खाऊन, म्हणजे ह्या दोघींची मनं शांत हुत्याल!''

तशी म्हातारी हात चोळून म्हणाली, ''अरं, मर की रं, मर! आंघुळी करून मोकळी हुईन!''

– आणि संतापानं तिनं दातखिळीच बसवून घेतली. दातांवर दात घट्ट मिटून ती निपचीत पडली.

मग लोकांनी उलथनं घेतलं आणि ते दातांत घालून दातखिळी उघडली. जवळ बसलेला नेवरा आईला रडरडून म्हणू लागला, ''आई, तू मरू नगंस. अगं, मी जिमीन अजून इकली न्हाई; नुसती इसारपावती केलीया, ती माघारी घिऊ, रद्द करू. तू सावध हो!''

म्हातारी सावध झाली. फास सोडून टाकून मंडळींनी दोघा-तिघांचा समेट केला आणि सगळे घरोघर गेले.

बायकोचं कपाळ धुऊन नेवरानं त्यात दगडीचा पाला भरला. दोघींनाही अंथरुणावर निजवून जेवण स्वत: रांधलं. आपण खाल्लं आणि बायकोला, आईला घातलं.

विसार-पावती रद्द करायला म्हणून गणाकडे नेवरा गेला, तेव्हा तो पंढरपूरला गेलाय आणि आठ-पंधरा दिवस येणार नाही, असं कळलं!

गणा येईपर्यंत म्हातारीनं आणि बायकोनं नेवराला तापल्या तव्यावर धरलं. कुठून बुद्धी झाली आणि हे पाप करून बसलो, असं नेवराला झालं.

आठ-पंधरा दिवस यमयातना भोगल्यावर तो गणाकडे आला. म्हणाला, ''गणा, माजी जिमीन द्याची न्हाई.''

''का, रं?''

''न्हाई द्याची, हे खरं. का रं आन् कसं रं, इचारून काय उपयोग?''

''पर तुला हे पयले कळत नव्हतं का?''

नेवराचा आवाज गगनाला भिडला.

''अरं, कळत हुतं मस्त! पर माज्या घरी दोन खून पडत्याल... मी काळ्या

पान्यावर जातोय जिमीन इकली तर! का करतोस कळण्या न कळण्याला? तू आपला इसार माघारी घे आन् पावती दे!''

''आन् याज कशानं दिऊ? घर इकू माजं?''

''याज कशाचं?''

''मी काय पैका पुरून ठिवला हुता रं, तुजी जिमीन इकत घेण्यापायी? पंधरा घरं फिरून रुपयं गोळा करून आनलं जिमीन घेन्यापायी. शंभरामागं छत्तीस याज अगुदरच काढून घेतलं सावकारानं, आन् आता तू जिमीन द्याची न्हाई म्हणतूस; म्हंजी मी गळ्याइतका बुडालो!''

''गणा, तुज्या पाया पडतो – माजा जीव नगं घिऊस आता. आरं, मी माज्या मरणानं मरतोया; तू का आनी धोपाट्या घालतोस?''

''काय करतोस असल्या मऊ बोलण्याला? तू आपला इसार धरून पाचशे रुपये दे आन् पावती ने. मला काय करायची हाय तुजी जिमीन?''

नेवरा बहुत हातापाया पडला, पण गणा बधला नाही.

मग नेवरानं स्वत:च्या दहा थोबाडीत हाणून घेतल्या. रागारागानं तो खोताकडे गेला आणि प्रॉमिसरी लिहून देऊन त्यानं पाचशे रुपये काढले. गणाच्या मढ्यावर घातले आणि इसार-पावती चुलीत घालण्यासाठी म्हातारीच्या स्वाधीन केली!

नेवरा आता गावात फिरकत नाही, रानातच असतो. त्याच्या डोस्क्यावरला बोजा तसाच आहे.

– आणि बजा वाणीण आणि तिची सून यांना या गोष्टीचं काहीही वाटत नाही!

■

'मौज' साप्ताहिक

गांधीवधाच्या दंगलीत गावातील कुळकर्ण्यांची आठही घरं जाळली. वाडवडिलांनी बांधलेले कडीपाट वाडे नाहीसे झाले. ब्राह्मणांची कुटुंबं उघड्यावर पडली. मग कुणी त्या जळक्या घरातच पत्र्याचा आडोसा करून राहू लागले. कुणी आपल्या रानात वस्त्या घालून तिथं राहू लागले. कुणी धर्मशाळेत, देवळात बिऱ्हाडं टाकली. ब्राह्मणांची अशी दशा-दशा झाली तेव्हा लोक म्हणाले, "ब्राह्मणांची घरं उठली. आता असल्या दिवसांत पुन्हा पयल्यासारख्या इमारती उभारणं ह्यांच्या देवाच्यानं होणार न्हाई!"लोकांचे हे बोलणं ब्राह्मणांनी ऐकलं आणि ते ईर्ष्येला पेटले. दंगलीचा वणवा विझेपर्यंत त्यांनी दम धरला आणि मग पूर्वीपेक्षा चौपट वाडे धरले! झाडं तुटू लागली. वडरांच्या सुतक्या दगडं फोडता-फोडता बोथटल्या. गावचे सुतार, लोहार आणि गवंडी कामाखाली दुमते झाले. तासलेल्या लाकडांच्या ढलप्या, घडलेल्या दगडांच्या कपऱ्या यांचे ढीग गावात जागजागी पडले!

कापीव लाकडाच्या सुवासानं, घाणीत रगडल्या जाणाऱ्या चुन्याच्या तिखट दर्पानं गाव घमघमू लागला. बामणांनी चौसोपी वाडे धरले आणि हां-हां म्हणत पुरेही करीत आणले.

लोक म्हणू लागले, "बामणाची जात निवडुंगासारखी... माळावर टाकलं, तरी उगवायची!"

गावात अशी धमाल उडाली. नवीन-नवीन इमारती उठू लागल्या. तेव्हा सोन्या साळ्याला इसाळ आला. आपलं वडिलार्जित पडकं घर आत-बाहेरून न्याहाळीत तो बायकोला बोलला, "केरे, बामणांनी वाडं धरलं. आपण माडी बांधू या दोनमजली!"

केरीला नवऱ्याच्या ईर्ष्येचं कौतुक वाटलं. गावातल्या इतर कुणाही पुरुषापेक्षा केरीचा नवरा सरस होता. सोलापूरसारख्या शहरगावी राहून तो मोठा ज्ञानी झाला होता. गणा चलपत्यालाही तो उजवा झाला असता; पण गणानं मुशाफिरी करून बक्कळ पैसा मिळवला आणि तो

सोन्याची माडी

साठवला. सोन्यानं जे मिळवलं, ते मटण-मुर्गीत खर्च केलं! खंक होऊन तो माघारी आला आणि जमिनीचं एक तुकडं विकून त्यावर जगू लागला. दावणीची एक गाय मोडून त्यानं गणा चलपत्याप्रमाणं अंगचा दिवा असलेली सायकल आणि चार सेलवाली हातबत्तीही घेतली होती. 'पिवळा हत्ती'शिवाय तो काही ओढत नसे. डोईवर जरीकाठी फेटा, अंगात मलमली सदरा, त्याला चांदीची बटणं, हातात घड्याळ आणि पायांत काळे बूट. तो गावात टेशीत फिरे. भेटेल, त्याला सिगारेट देई.

कुणी म्हणे, "कशाला आमाला ही पदवी, सोन्या? आपली तंबाखू आन् चिलीम दे!"

तर हा झ्याकीत उत्तर देई, "आरं, ओढ. जोपतूर हा सोन्या आहे, तोपतूर शिगारेटशिवाय ओढू नकोस! गड्या, मला एकट्याला ओढू वाटत नाही. संगत पायजे! सोलापूरला होतो, तेव्हा दारू प्यायला एकटा कधीच गेलो न्हाई; सोबत नेहमी चार-दोन दोस्तमंडळी. हां!"

बाजाराला गेला, म्हणजे रंगी धनगरिणीच्या हॉटेलात सोन्या बसे.

गावच्या ओढ्याला लागून तट्टे, पत्रे आणि बांबू यांच्या साह्यानं तयार केलेलं हे हॉटेल कचऱ्याच्या ढिगासारखं दिसे. धुरकटलेल्या टेबलाशी रंगी बसलेली असे. जाग्रणा-जाग्रणानं पिवळी झालेली, चोपलेली ही बाई लाकडाच्या ढलपीसारखी होती. तिचा मागचा भाग आणि छाती अगदी सपाट होती. विड्या ओढत आणि फाजील बोलत ती गल्ल्यावर बसे. तिची आणि सोन्याची चांगली घसट होती. पाच-पंचवीस रुपये उधारी करण्याइतकी पत होती.

बाजारच्या दिवशी तो मुद्दाम बाईपाशी बोलत बसे. बाजाराला आलेले गावकरी त्याला बघत आणि एकमेकांत कुजबुजत, 'सोन्या हाटेलवालीशी लागून आहे.' आणि ही कुजबूज कानी आली, म्हणजे सोन्याला विलक्षण आनंद होई. हाका मारमारून तो गावकऱ्यांना बोलावून घेई. बेसनलाडू, शेवचिवडा, स्पेशल चहा असले अपूर्वाईचे जिन्नस त्यांना खाऊ घाली; आणि मग गावातले लोक सोन्याविषयी फार चांगलं बोलत. याच्यासारखा अगत्यशील, उदार माणूस या पिढीत नाही, असं म्हणत!

माडी बांधायची, म्हणजे पैसा पाहिजे. तो आणावा कसा? पण ही चिंता सोन्याला पडण्यासारखी नव्हती. शेवटचं जमिनीचं तुकडं त्यानं विकायला काढलं. जनलोक काय म्हणतील, याची नाल्या नेवरासारखी पर्वा करणारा तो नव्हता. नुसत्या जमिनीवर पोट भरणारा असला, तर त्यानं ही चिंता करावी. सोन्याला गिरणीतल्या कामाची माहिती होती. गावाबाहेर पडला, तर पोटापुरतं कमावण्याची त्याची ताकद होती.

त्यानं जमीन विकली! केरी कुरकुरू लागली, तशी त्यानं तिची समजूत घातली, "केरे, अगं, आपल्याला काळजी नाही. तुझं-माझं पोट भरण्याइतकी विद्या माझ्यापाशी हाय. चार वर्षं सोलापूरला काढली, तर असल्या आठ जमिनी घेईन. तू डरतीस का? आपल्या पोटाला पोरबाळ नाई; काळजी कुनासाठी करायची?"

केरी म्हणाली, "व्हय. पर जिमीन इकून घर बांधायला इकतं कुठं त्येच्यावाचून आडलंया? आपण काय रानावनात पडलोया का? पडकं-सडकं का असंना, पर घर हाय, न्हवं?"

"हाय खरं, पर माझी आपली हौस हाय. बामणांनी वाडं धरलं गावात आन् आपण गप्प बसणं खरं का? माझी आपली ईर्ष्या हाय. तू आड नको येऊस! गावात न्हाई, असली फसकलास बंगली उठवतो. बामणांनी नुसतं टकाटका बघत राहावं!"

बायकोची अशी समजूत घालून सोन्यानं जमीन विकली आणि पैशाची पिशवी आणून घरात ठेवली. मग पटक्याला रोज एक वेगळा रंग देऊन तो गावात हिंडू लागला. भेटलेल्याला सांगू लागला, "माडी उठवतो! पयलं घर पडाय आलंय. गावात सावली पायजे. हतं कोन न्हातंया खेड्यात खरं, मी जाणार सोलापूरलाच; पर गावात घर पायजे. घ्या, शिग्रेट ओढा... पिवळा हत्ती हाय!"

गावाला सोन्याची ईर्ष्या आवडली. बामणांना शह देण्याची ईर्ष्या खरोखरीच वावगी नव्हती. त्यांनी वाडे धरले, तर सोन्या दोनमजली माडी बांधायला निघाला. शाब्बास बहाद्दर!

मग सोन्या वडराकडे गेला. बोलला, "वडरा, दगडं पाड. मी माडी धरलीया!"

बामणांच्या वाड्यांचे दगड पाडता-पाडता वडर जिकिरीला आलं होतं. ते म्हणालं, "नाय रे पाटला. आता माज्या देवाच्यान व्हनार न्हाई. बामनांची कामं व्हऊ देत, मग तुजं बगंन!"

पण सोन्यानं ऐकलं नाही, चार-पाच रुपये टाकून कोंबडी आणली आणि केरीकडून झकास बनवली. संध्याकाळी वडराला घरी बोलावून चारली. चपात्या आणि कोंबडी खाऊन वडर टम् फुगलं, तेव्हा त्याला गळ घातली, "वडरा, दगडं पाड. बामणांनी दिलं, त्यापरीस चार रुपयं आगाव घे, पर दगडं पाड!"

वडरानं आणखी थोडे आढेवेढे घेतले आणि मूळ दामापेक्षा दीडपट रक्कम

कबूल करून सौदा पटला. लगोलग सोन्यानं पंचवीसभर रुपये विसार त्याला देऊन टाकला.

वडर कामाला लागल्यावर सोन्या इमारतीच्या कामासाठी बाभळी-लिंबाची झाडं शोधीत सगळे मळे-खळे हिंडला, पण बामणांच्या आठ वाड्यांनी बहुत झाडं खाल्ली होती. सोन्याच्या वाट्याला झाड राहिलं नव्हतं. मग सायकलीवर टांग टाकून तो आसपासच्या वाड्या हिंडला. सायकलीवर आलेला, रंगीत पटका बांधलेला आणि हातात घड्याळ असलेला हा माणूस बघितल्यावर झाडांच्या मालकांनी दर वाढवले. सोन्यानं ते घासघीस न करता दिले. रोजगारी लावून झाडं तोडली आणि भाड्याच्या गाड्या करून गावी आणली. ईर्ष्येनंच सगळं करायचं म्हटल्यावर काय?

गावातले सुतार गुंतले होते, तेव्हा त्यानं जबर दाम देऊन तालुक्याचे सुतार बोलावले. गवंडी दगड घडू लागले. सुतार लाकडं कापू लागले. सोन्याची माडी बांधली जाऊ लागली.

महिना गेला, दोन महिने गेले, सहा महिने गेले. माडी पुरी झाली नाही. गवंडी, सुतार, वडर – सगळ्यांनीच नाशिकच्या न्हाव्याप्रमाणं केलं! चार दगडं काढल्यासारखी करून वडर नाहीसा झाला. चार फाडी घडल्यासारख्या करून गवंडी दुसऱ्या कामाला लागला. चार लाकडं तासल्यासारखी केली आणि सुतारही परागंदा झाला. सगळ्यांनी कामाचे आगाऊ पैसे मात्र सोन्याकडून खुबीनं वसूल करून घेतले होते; आणि मोठेपणाच्या झ्याकीत येड्या सोन्यानं ते दिले होते!

दर दोन दिसांनी सुतार यायचा आणि काकुळतीला येऊन बोलायचा, "मालक, घरात आन्न न्हाई. पैशे थोडं द्याल, तर उपकार व्हत्याल!"

"लेका, काम अजून रुपयातलं चार आणे झालं न्हाई आन् पैशे तेवढं सगळं मागता का?"

"कामाची तुमाला का काळजी? बघा तर, चार दिसांत सगळं हाणतो!"

मग सोन्या पाघळायचा आणि पैसे काढून द्यायचा. ते कनवटीला लावून सुतार परागंदा व्हायचा.

गवंड्यानं नऊ कामं एकाच येळी घेतलेली. सोन्यानं फार शिव्या दिल्या, म्हणजे तो यायचा. एखादा थर चढवायचा आणि नाहीसा व्हायचा. सोन्याला झीट आली! फळ्या पाड रे, खिळेमोळे आण रे, दगडं घड रे – नाना व्याप!

गवंड्याच्या मनातून काम करायचं नसेल, तर तो एखादा तळखडा, एखादी कोपरी घडवताना हातोडीचा ठोका असा हाणायचा की, दगड फुटावा. मग त्याविना काम अडे. पुन्हा वडर, पुन्हा दगडाची खाण, ती आणायला गाड्या!

अशा झिंबड्या मारता-मारता जवळची रक्कम केव्हाच उडून गेली. दावणीची दुसरी गाय गेली. केरीच्या अंगावरचे डाग आणि स्वत:च्या हातातली अंगठी गेली. तरीही माडी पुरी झाली नाही! पण सोन्या पक्का जिद्दीला पेटला होता. ईर्ष्येला पडला होता. त्यानं पुन्हा हजार-बाराशे कर्ज काढलं, दुसरे गवंडी अन् सुतार लावले आणि स्वत: देखरेख करून माडी पुरी केली! अखेर सोन्याची माडी उठली!

वास्तुशांती झाली. केरीला घेऊन सोन्या नव्या माडीत राहू लागला. आल्या-गेल्याला बोलावून सिगारेट, विडीकाडी देऊ लागला. माडीवर बसून सारं गाव बघू लागला!

महिना, पंधरा दिवस झाल्यावर सोन्या उठला आणि गबा वाणिणीच्या दुकानी गेला. शाईची पुडी, बोरू, कोरा कागद घेऊन बसला आणि जाड, ढोबळ अक्षरांत लिहिलेली पाटी त्यानं नव्या माडीवर लावून टाकली :

'माडी विकने आहे!'

ही पाटी गणा चलपत्यानं वाचली आणि साऱ्या गावात बभ्रा झाला. लोक विचारू लागले, ''लेका सोन्या, घर रं कशापायी इकतोस?''

सोन्या बोलला, ''ते बांधण्यापायी झालेलं कर्ज कशानं बरं फेडू? माडी विकतो आणि लोकांचं देणं भागवतो; मोकळा होतो!''

''गाढवीच्या, मग बांधलीस कशापायी इतका आटापिटा करून?''

''हौसंला मोल न्हाई! आन् जरी ही माडी कुणी इकत घेतली, तरी तुम्ही तिला म्हणाल कुणाची? सोन्या साळ्याची माडी, म्हणून वळखाल न्हवं? मग पिढ्यान् पिढ्या माझं नाव राहील का न्हाय गावात?''

■

'मौज' साप्ताहिक

हसन मोमिनाची दोन पोरं मुंबईला राहून अंड्यांचा व्यापार करीत होती. गावात मोमिनाचं तेवढं एकच घर होतं. हसन नुकताच मेला होता आणि त्याची म्हातारी आई तिसऱ्या पोराच्या हाती घर सोपवून निवांत राहत होती.

मुंबईच्या कमावलेल्या पैशावर पोरांनी जमिनी घेतल्या होत्या. त्यातली एक जमीन बाबू म्हातऱ्याच्या रंडक्या भावजयीची होती. भावजयीनं आपली जमीन मोमिनाला विकली, आपल्याला दिली नाही; हा राग बाबूच्या पोटात फार दिवसांपासून होता.

वयानं थकलेला हा माणूस अंगापिंडानं बैलासारखा बांधला गेला होता. शरीराच्या मानानं त्याचं डोकं, तोंड लहान होतं. खांदे गाडीच्या जुवासारखे रुंद होते आणि मांडीखाली पाय बारीक होते. त्याचं वागणं वरून दिसायला शाळामास्तरासारखं मवाळ, नम्रतेचं असे; पण ते सगळं खोटं! बिघडला, म्हणजे तो भारी उर्मट आणि लागीट बोले. जीभ थटवली की, त्याच्या जबड्यातले खालचे दात जागते हलत. त्यांची मुळं सुटली असावीत; पण ते धड पडलेही नव्हते. त्यामुळं बाबूचं बोलणं बोबडं येई! सगळ्या गावात मारकी म्हणून असलेली त्याची बैलं मालकाचं रागीट बोलणं ऐकताच थरथर कापत आणि भीतीनं तोंडं वासत.

बंडा नावाच्या आपल्या धाकट्या पोराला बाबूनं खारीक-खोबरं चारून आणि रतिबाचं दूध पाजून चांगला तयार केला होता. आपल्या माघारी या पोरानं गावात वचक बसविला पाहिजे, त्याला बघताच वाघानं लेंडी टाकायला पाहिजे – अशी बाबूची इच्छा होती. पोलादाच्या कांबीसारखा देह कमावलेला हा पोरगा सुरेख झोंबी खेळे. गावात त्याला जोड नव्हती. शेतीभातीचं काम करून तो तालीम हाणी. गेरूनं अंग रंगवून तांबडंभडक करी आणि संध्याकाळी गावओढ्याच्या वाळूत बरोबरीच्या पोरांवर भुजा ठोकी!

एकदा हसनची पोरं मुंबईहून गावाकडे आली, तेव्हा लासगावचा मेहमान त्यांना आढळायला आला. मोमिनाच्या पोरांची बहीण त्याला दिसली होती. संध्याकाळच्या वेळी

झोंबी

मेहमानाला घेऊन दोन्ही पोरं मळ्याला गेली आणि परत येताना ओढ्याच्या वाळूत उभा राहून भुजा ठोकताना त्यांनी बाबूच्या बंडाला बघितला. मावळत्या दिवसाच्या उजेडानं बंडाचं अंग तापल्या लोखंडासारखं दिसत होतं.

मेहमान म्हणाला, "रसूल, किसका छोकरा रे, वो?"

"बाबू पटेलका."

"अच्छा लढनेवाला हाय क्या?"

"हां तो! अरे यार, गावमें जोड नहीं उसको!"

हे ऐकून मेहमानाच्या भुजा स्फुरू लागल्या. तोही खेळणारा होता. बकऱ्याचं गोश्त खाऊन त्यानंही ताकद कमावली होती. वाळूत उतरून तो बंडापाशी आला आणि त्यानं शब्द टाकला, "हमारे साथ लढेंगे क्या, पटेल?"

कपाळावरचा घाम बोटानं निरपून बंडानं या नव्या वस्तादाला पायापासून डोक्यापर्यंत न्याहाळला.

चौकड्या-चौकड्याची लुंगी, अंगात पातळ मलमली खमीस, वर झोकदार पटका, कान मुडलेले, गळ्यात ताईत, मनगटात गंडा.

कमरेला रुतणारी लांग बोटानं सैल करीत बंडानं दमात विचारलं, "अरं, कोन रं, ह्यो?"

मुंबईचा पोरगा पुढं झाला आणि म्हणाला, "मेहमान हाय लासगावचा. आमाघरी आलाय आढळायला. आमची भन दिलीया हेला!"

पुन्हा एकवार बंडानं पाव्हण्याचा अदमास घेतला आणि वाळू उचलून घेत तो म्हणाला, "काढ कापडं, खेळू दोन डाव!"

पाव्हण्यानं लुंगी सोडली. खमीस काढला. खोबरेल तेल जिरवलेलं त्याचं अंग शिसवी लाकडासारखं होतं. दंडाच्या बेडक्या टरारून आल्या होत्या आणि मांडीला पट पडले होते.

गावची पोरं चौफेर जमा झाली. झोंबी जिद्दीची होती. गडी सारख्याला वारखा घावला होता आणि ही कुस्ती मारताच बंडाचं नाव लासगावच्या तालमीपर्यंत जाणार होतं. आपली उतरून ठेवलेली कापडं घेऊन बसलेल्या पोराच्या कानात बंडा म्हणाला, "हाडं मोडून हातात देतो पाव्हण्याच्या!"

पण सलामी झाली आणि सटक्यासरशी पाव्हणा बंडाच्या पाठीशी आला. मुरगळा मारून त्यानं बंडाला खाली गुडघ्यांवर आणला. जमिनीबरोबर चेपला. ताकदीनं भारी असलेल्या पाव्हण्यानं बंडाला नुसता चेपूनच गार केला. वाळूत बेदम घोळसला. केसांत, तोंडात, नाकात वाळू जाऊन बंडा घाबरा झाला. वाळूचे जाडे खडे बोचून त्याच्या गुडघ्यांची सालं निघाली. तरी तो नेटानं उठून गुडघ्यांवर आला आणि पाठीवर ज्वारीच्या पोत्यासारखा बसलेल्या लासगावच्या

पाव्हण्याला बाजूला फेकण्यासाठी धडपडू लागला. पण त्यानं वाळूत टेकलेल्या बंडाच्या हाताला खुब्यापाशी दणका दिला आणि काय झालं कळायच्या आतच बंडाची पाठ लागली!

पाव्हणा उठला आणि काडकन भुजा ठोकून म्हणाला, "अल्लेक! चीत हो गया, साला!"

त्यासरशी बंडा चवताळून उठला आणि पाव्हण्याच्या अंगावर झेप घेऊन म्हणाला, "कुणाला साला म्हणतोस रं, भडव्या?"

मोमिनाच्या दोन्ही पोरांनी त्याला दाबून धरला आणि ते म्हणाले, "पटेल, मारामारी करायची न्हाई. जितीच्या कैफात पाव्हणा बोलू नये, ते बोलला. त्यापायी आमी तुमची माफी मागतोय."

पण बंडा जाळ्यातल्या माशासारखा उसळ्या घेऊ लागला. तेव्हा मोमिनाचा पोरगा पाव्हण्यावर ओरडला, "तुम भागो यार, घरको. देखते किंव? बस हो गया मिजाशी!"

– आणि लुंगी-खमीस उचलून पाव्हणा घराकडे गेला.

बंडा रागानं वेडा झाला. परगावच्या एका पाव्हण्यानं आपल्याला पालथा घालावा, म्हणजे काय गोष्ट? आणि वर पुन्हा शिवी हासडावी? त्याची जीभ उपटून हातात देईन!

मोमिनाची पोरं हाता-पाया पडली, तेव्हा बंडानं कपडे काखोटीला मारले आणि खाली मान घालून तो रानात गेला. लिंबाच्या सावलीला उगीच बसला आणि डोकं निवाल्यावर परत आपल्या रानातल्या वस्तीवर आला.

दरम्यान, बाबूला हा प्रकार समजला होता. आपल्या पोरानं मोमिनाच्या पाव्हण्याकडून माती खाल्ली, ही गोष्ट त्याला बहुत शरमेची वाटली. रात्री उघडावाघडा, रानातल्या कामानं शिणलेला असा तो घरी आला; तेव्हा शरमलेला पोरगा बैलांना वैरण घालत असलेला त्यानं बघितला. बाबू पोरापाशी जाऊन ताठ उभा राहिला आणि कणखर शब्दांत बोलला, "लेका, बापाला मान खाली घालायला लावलीस. मोमिनाखाली पडलास. आजपतूरचं माझं खारीक-खोबरं आन् दूध फुकट गेलं. थूत् तुज्या तोंडावर!"

पोराला असं बोलून झाल्यावर न जेवता-खाता बाबू गावात आला. अंधारातून हातातला कंदील हलवीत आला आणि मारुतीच्या देवळाच्या पायरीवर येऊन बसला. येणाऱ्या-जाणाऱ्यांनी त्याला तसा बसलेला बघितला आणि वासपूस केली, "का बसलाय, बाबूराव?"

तेव्हा बाबू नीट बोललाच नाही. नेहमी लीनतेनं 'देवा, महाराजा' असं गावकऱ्यांना संबोधणारा, हात जोडून घवघवीत रामराम घालणारा बाबू चेहरा निबर करून बोललाच नाही. उघडी छाती चोळीत बसून राहिला. तेव्हा त्याचं बिनसलं आहे, हे गावकऱ्यांनी ताडलं आणि मोमिनाच्यात येऊन वर्दी दिली.

"सांभाळा रं मोमिनांनू, बाबू म्हातऱ्या बिघडलाय. तुमची काय धडगत न्हाई आता लेकानूं!"

बाबू म्हातऱ्या बिघडलाय, म्हणजे सगळं गावच बिघडलंय! कारण त्याचा गोतावळा बक्कळ होता. तरणी आणि हिरवट टाळक्याची पाच-पंचवीस पोरं एका दिलानं बाबूच्या मागं होती. त्याच्या हाकेला 'ओ' देणारी होती.

गावकऱ्यांनी सांगितलेली ही बातमी ऐकून लासगावचा मेहमान मग्रुरीनं बोलला, "बिघड गया, तो क्या होगा? हमारा घर तो गावमें से नहीं निकलता?"

पाव्हण्याचे हे मग्रुरीचे बोलणे ऐकून मोमिनाची म्हातारी थरथर कापत पोरावर ओरडली, "अरं, जा तो उसका पाव पड. अब क्या होगा गे, मेरी माँ? अब क्या होगा रे, अल्ला!"

गावात अनेक वर्षं राहिलेली, स्वत: रचलेली रामायणावरील गाणी म्हणत मराठ्यांच्या बायकांतून फेर धरून नाचणारी ती म्हातारी इतकी काकुळती आली अन् घाबरली की, तिला रडूच आलं! वरचेवर ऊर बडवीत ती या दारापासून त्या दारापर्यंत येर-झाऱ्या मारू लागली.

पोरांना प्रसंगाची गंभीरता कळली. मुंबईला राहून ती थोडी-फार धीट झाली होती. तरी एकुलतं एकच मोमिनाचं घर असलेल्या या गावातले मराठे जर बिघडले, तर आपल्या माना कोंबडीसारख्या मुरगळतील, अशी त्यांची खात्री होती. तरी त्यातला थोरला पोरगा म्हातारीवर खेकसला, "तू चूप बैठ गे! हम देखेंगे, क्या होता है!"

– आणि बाबू म्हातऱ्याची समजूत घालण्यासाठी तो देवळाकडे निघाला.

म्हातारीनं त्याला पुन:पुन्हा बजावलं, "कुछ उलटा सबूद ना कर, मेरे बाबा. उसके पाव पकड. बोल, हमारी गलती हुई. हां बाबा, ख्यालमें आया क्या?"

म्हातारीचे शब्द ध्यानात घेऊन इसन मोमिनाचा थोरला पोरगा जलदीनं देवळापुढं आला. तिथं दुसरं कोणी नव्हतं. कंदील पायरीवर ठेवून बाबू म्हातऱ्या गप्प बसला होता.

मोमिनाचा पोरगा पुढं झाला आणि ओठांवरून जीभ फिरवीत बोलला, "पटेल, मी पाया पडतो...."

पण त्याचं पुढचं बोलणं बाबूनं ऐकूनच घेतलं नाही. तो सटक्यानं पायातली जाड वहाण उपसून उठला आणि मोमिनाच्या पोराला त्यानं रानात निघालेल्या

काळ्या विंचवासारखा ठेचला. वहाणेचे खिळे, नाल नाकावर, तोंडावर, डोक्यात बसून तो फुललेल्या पळसासारखा दिसू लागला. खाटकाच्या हातातल्या कोंबड्यासारखा तडफडून केकाटू लागला, तरी बाबूचं हाणणं थांबलं नाही. शेवटी हिकमतीनं सुटका करून ते केकाटत धूम पळालं, तेव्हा "थूत् तुज्या मोमिनाच्या हो!" असं म्हणून बाबू म्हातऱ्या पचकन थुंकला आणि पालथ्या हातानं ओठांवरची थुंकी पुसून चालू लागला. मळ्याच्या निर्जन वाटेनं दूर गेला, तेव्हा त्याचं अंग काळोखात दिसेनासं झालं आणि हातातला कंदीलच तेवढा भुताच्या दिवटीसारखा अधांतरी जात राहिला.

त्या दिवशी मोमिनाच्या घरात रडारड झाली. मोमिनाचा धाकटा पोरगा पाव्हण्याला वाटेल तसं टाकून बोलला, तेव्हा सासुरवाडीतलं पाणीसुद्धा तोंडात न घालता तो पायी-पायीच लासगावला चालता झाला. जावई असा रागेजून निघून गेला; आता माझ्या पोरीची धडगत नाही म्हणून म्हातारी पोरावर कावली, कडदरली.

बाबू म्हाताऱ्याच्या मारानं मोमिनाच्या पोरांनी अशी भीती घेतली की, शेतीभाती, घरदार विकून ती आता मुंबईला जायची तयारी करू लागली होती. पण त्यांची इस्टेट विकत घ्यायला गावातलं कुत्रंदेखील तयार नव्हतं!

बाबू म्हणाला, "कोन त्या हलकटाच्या जमिनीला पैका मोजतंय? जाऊ दे की, बोंबलत गाव सोडून. ती इस्टेट आपलीच हाय. वाईट मोमीन! तसलं बीज नको आपल्या गावात!"

आता मोमिनाच्या पोरांनी काय करावं?

■

'मौज' साप्ताहिक

पहाटेची चांदणी उगवली, तेव्हा न्हाव्याची म्हातारी जागी झाली. अंथरुणावर उठून बसली आणि शेजारी झोपलेल्या आपल्या नातीला जागी करू लागली.

"ऊठ गं, माझे बाई. पायलीभर दळायचं हाय!"

नात वयात आली होती. न्हाती-धुती झाली होती. त्यामुळं तिला अलीकडे झोप फार येई. जेव्हा-तेव्हा ती अंगाचं मुटकुळं करून कुठल्या तरी कोपऱ्यात झोपून राही. अंगावरच्या लुगड्याचं भानदेखील तिला त्या झोपेत राहत नसे. त्याबद्दल आजी आणि आई तिला बोल-बोल बोलत. पण तिला काही झोप आवरत नसे. म्हातारीनं आपल्या जीर्ण हातानं गदागदा हलवलं, तेव्हा कोंडीची झोप थोडी फार चाळवली.

– तिच्या छातीवरचा पदर नीट करीत म्हातारी पुन्हा म्हणाली, "ऊठ, ऊठ. मला जातं ओढू लाग. पुरं झाली झोप!"

अंगाला आळोखे-पिळोखे देत कोंडी जागी झाली. उठून बसली. झोपेची धुंदी डोळ्यांवरून उतरली, तसं तिला जाणवलं की, आपलं डोकं फार हलकं-हलकं वाटतंय. आणि सहजच तिचा हात आपल्या केसांकडे गेला. तर, जागेवर अंबाडा नव्हता! त्यासरशी ती गोंधळली. म्हातारीनं दिवा लावला होता आणि जात्याशेजारी गेली होती. तिला ओरडून म्हणाली, "आजे, माझा अंबाडा कुठाय?"

नातीच्या प्रश्नाचा अर्थ म्हातारीला लागेना. अंबाडा कुठाय, म्हणजे काय? हातातला दिवा वर करून तिनं आश्चर्यानं कोंडीकडं बघितलं. या वेळेपर्यंत पोरीनं डोकं चाचपून बघितलं होतं. ते भुंडं आढळलं, तेव्हा ती किंचाळली –

"आजे, माझं केस कुणी कापलं गं?"

हातात दिवा घेऊन वाकलेल्या पाठीनं नातीच्या अंथरुणापाशी म्हातारी आली आणि तिच्या पायाला

करणी

केसांचा थंडगार, मऊसूत जुडगा लागला. ती खाली बसली आणि थरथरत्या हातानं तो उचलून न्याहाळू लागली. नातीचे केस तिच्या हातात होते! अंबाड्याचा वेढा तसाच होता. आदल्या दिवशी लावलेलं तेल तसंच होतं, खोचलेलं फूलही होतं. सफाईदार हातानं कात्रीचा छाट मारावा, तसे केस डोक्यापासून वेगळे झाले होते. तो जुडगा हातात गच्च धरून म्हातारीनं पोरीचं डोकं बघितलं. सोवळ्या बामणिणीच्या वाढलेल्या डोक्यासारखं ते दिसत होतं.

असे केस रात्रीतून कसे कापले गेले? कुणी दुष्टानं पोरीला विद्रूप केली?

रागानं लटलट कापत म्हातारी उठली. भिंतीच्या पलीकडे वेगळी चूल करून राहिलेल्या आपल्या धाकट्या लेकाच्या घरात शिरली. बंद खोलीवर थाप टाकून ओरडली, "बापू, बापूऽऽ ऊठ. तुझ्या बायकोची कसाबकरणी बघ!"

बापू उठला. धोतर आवळीत बाहेर आला. म्हणाला, "काय झालं गं आये?"

"अरं, तुझ्या बायकोला विहिरीत का ढकलून देत न्हाईस? तिचा जीव का घेत न्हाईस?"

"अगं, पर का झालं?"

"ह्या तुझ्या बायकोनं एकाच्या दोन चुली केल्या. मधी भिंत घातली. आन् आज रात्री येऊन दावा साधला. माझ्या नातीचे केस कात्रीनं कापून तिला हेंगाडी केली. का गं असं? हां?"

"कुनाचं? कोंडीचं केस कापलं? माझ्या बायकोनं?"

दरम्यान कोंडीही येऊन उभी राहिली होती. तिला पुढं करून म्हातारी म्हणाली, "बघ, बघ – कशी दशा केली पोरीची! आईवेगळ्या पोरीला अशी केली. का गं? का म्हणते मी? गरीब लेकरानं काय केलंय?"

तोंडाला पदर लावून कोंडी बारीक रडू लागली. बापू तिला समजावू लागला.

इतका वेळ अंथरुणाच्या गळाठ्यात लोळत असलेली बापूची बायको बाहेर आली. बुटकी, काळी आणि दात पुढं असलेली. लोळण्यामुळं तिचे केस विस्कटलेले होते. रात्री झोपताना काढून ठेवलेली चोळी न घालताच, आडवं लावलेलं लुगड्याचं फडकं अंगावर तसंच ठेवून ती वसकन् बाहेर आली. कर्कश आवाजात बोलली, "काय झालं वं सासुबाय?"

बापूनं तिच्या पेकाटात पक्कन एक लाथ घातली.

"रांडं, पोरीचं केस तू रातीतून कापलंस – तुला का म्हणावं?"

लाथेसरशी तडमडलेल्या बापूच्या बायकोनं स्वत:ला सावरलं आणि गहिवर घातला, "मेले, मेले रं, देवा! अवं, मी का केलंया? मला का मारता?"

म्हातारी तिच्यापुढं होऊन म्हणाली, ''कशी वरडतीया बघ गतकाळी! हाण, हाण! बापू, मारून कुट्टा केल्याशिवाय तिची खोड जिरणार न्हाई!''

पण बापूनं हात उगारायच्या आतच ती सटक्यानं खाली बसली. खांबाच्या तळखड्यावर तिनं आपलं डोकं ताड्ताड् आपटून घेतलं. रक्तबंबबाळ करून घेतलं आणि रडरडून ती म्हणू लागली, ''मी माझ्या लेकराच्या डोक्यावर हात मारून सांगते, मी खंडोबाची पायरी शिवून सांगते – कोंडीच्या केसांना मी हात लावला न्हाई. माझ्यावर आळ काय म्हणून घेता? मला फुकाफुकी का मारता?''

आईच्या आरडाओरडीनं बापूची पोरं जागी झाली आणि गळा काढून रडू लागली. घाबरून किंचाळू लागली. त्यांना समजावीत म्हातारी सुनेवर ओरडली, ''गप, वरडू नगंस गुरावाणी. पोरं भ्याली. बाईचा आवाज तरी काय हलका हाय? सगळं गाव जमा करंल. गतकाळी रांड!''

हा गोंधळ चालला आहे, तोच आतल्या माळीतून धडधड आवाज आला. म्हातारी म्हणाली, ''बापू, माळीत जा. काय पडलं बघ. मांजर उलथलं असेल!''

बापू गेला आणि बघू लागला. कोपऱ्यात रचलेल्या सगळ्या उतरंडी ढासळल्या होत्या. फुटक्या गाडग्यांचे तुकडे चौफेर झाले होते. धान्यधुन्य, मीठ आणि साठवणीचं सटर-फटर चहूकडे उधळलं गेलं होतं.

उतरंडी कशा ढासळल्या? मांजर नाही, का घूस नाही; आणि जडशीळ रांजण कसे कलंडले?

बापू गोंधळला. त्याला काही उमज पडेना. म्हातारी स्वत: आली आणि तो सत्यानाश बघून कळवळली. बापूला म्हणाली, ''बघतोस काय? हे गोळा कर!''

तोवर माचोळीवर एकावर एक रचलेल्या पोत्यातील मधलंच पोतं पेटलं. जळलेल्या जोंधळ्याचा करपा वास आणि धूर घरात पसरू लागला.

मधलंच पोतं कसं पेटलं? हा काय चमत्कार झाला?

धूर बघून लोक पळत आले आणि पाणी मारून पोतं विझवू लागले. पण तोपर्यंत कापडं भरून ठेवलेल्या बंद ट्रंकेतून धूर निघू लागला. सारे भारी कपडे पेटले. नकीची धोतरं, जरीचे फेटे, खण, लुगडी आणि रेशमी कुंच्या – आणि विझवायच्या आत जळूनही गेले!

ही विलक्षण बातमी तोंडातोंडी साऱ्या गावात झाली. रानामाळात जायचं सोडून लोक न्हाव्याच्या घराभोवती जमा झाले.

हवालदिल होऊन बापू न्हावी ओसरीवर बसला होता. घरात पाणी सांडलं होतं. जळके कपडे, धान्य, खापराचे तुकडे यांचा खच झाला होता. न्हाव्याच्या घरावर मोठा कठीण प्रसंग आला होता. आणि अशा वेळी सहानुभूती दाखवणं,

हे गावकऱ्यांचं एक आवश्यक कर्तव्य होतं.

जी-ती आई-बाई येई आणि कोंडीचं भुंडं डोकं बघून हळहळे, "अगं आई, आई! रूपाचं बेरूप झालं. कुणी द्वाडानं करणी केली काय वं?"

जो-तो दादा-अप्पा येई आणि फुटलेल्या उतरंडी, जळकी पोती, कपडे बघून चुकचुके, "अरारा, सगळा इस्कूट झाला की हो, घरात! च्या बायलीला! कुणी करणीबिरणी केली काय बरं!"

दिवस बराच वर आला, तरी न्हाव्याच्या घरी रोजचे व्यवहार घडले नाहीत. डोकी करायला आलेले लोक तसेच परत गेले. दावणीची म्हैस वैरणीवाचून धारेची राहिली. शेरडं-करडं नाचून ओरडू लागली. चूल पेटली गेली नाही, का केर काढला गेला नाही. सारी मंडळी हवालदिल होऊन गेली.

दुपारच्या सुमारास काखेत धोकटी अडकवून बापूचा थोरला भाऊ बंडा गावाहून माघारी आला. म्हातारीनं रडरडून त्याला तपशिलवार हकिगत सांगितली. घरात झालेला सत्यानाश दाखविला.

"बघ, बघ – लोक बोलत्यात, कुणी करणी केली. आता काय करायचं रं, माझ्या बाबा? आता व्हायचं कसं?"

बंडा मोठा धीराचा माणूस होता. जवानीत असताना त्यानं कुस्त्या हाणल्या होत्या. सगळ्या तालुक्यात तो म्हाजूर होता. गावात आणि गावाखाली असलेल्या वाड्या-वस्त्यांवर मिळून त्याची हजार-बाराशेची सावकारी होती. न्हावी मोठा गबर होता. त्याची दोन जाणती पोरं मुंबईला सलूनांत काम करीत होती. बंडा घरातला कर्ता माणूस होता. ते सहन न होऊन बापूची बायको त्याच्या नावानं सदोदित जळत होती. भांडून-भांडून तिनं वेगळी चूल मांडली होती, तरी प्रपंच अद्याप एकच होता. पाऊणशेच्या घरात आलेली म्हातारीच सगळा घरप्रपंच सांभाळीत होती. सुनांना आपल्या हातानं रोजचा शिधा देत होती. दूधदुभत्याचा हिशेबठिशेब ठेवीत होती आणि पोरांना स्वत: भाकरी वाढत होती.

धोकटी खुंटीला अडकवून बंडा शांतपणानं आईला म्हणाला, "बरं हं, आवर. पसारा का पडलाय घरात? दिवस डोईवर आला, तरी चूल पेटली नाही घरात? कोंडे, म्हस सोड. हिंडवून आण जा रानातनं. ऊठ रं, बापू. का बसलास टकुरं धरून? पोरखेळ सगळा! आवरा पसारा."

बंडाच्या या बोलण्यानं सगळ्यांना धीर आला. फुटलेल्या उतरंडीच्या खापऱ्या गोळा झाल्या. जळकं पोतं, राख उकिरड्यावर पडली. चूल पेटली. धार निघाली. न्हाव्याच्या घरातले सगळे व्यवहार पूर्वीसारखे चालू झाले. सुनेला उगीच दोष

दिल्याबद्दल म्हातारीनं स्वत:ला बोल लावून घेतले. घरातून आत बाहेर करता-करता ती स्वत:शी बडबडू लागली, ''काय बाई, तरी तऱ्हा! मला कळतंय असं, घरी असली पीडा झाली नव्हती. मी उगीचच सुनंला बोलले, उगीच. तिच्याकडं काय न्हाई. कुणी तरी करणी केली. दावा साधला!''

ती अशी बडबडते आहे, बापू गिऱ्हाइकाची दाढी करतो आहे, बंडा घरातली प्रॉमिसरी नोटांची पुडकी बंदोबस्तानं ठेवण्याच्या नादात आहे, बापूची बायको पोर पाजत बसली आहे; तोच घराच्या अंगणात एक बचकेसारखा दगड येऊन दाणकन पडला. पडला आणि त्याच्या मागोमाग भिरीरी दगड येऊ लागले. दारावर, भिंतीवर थडाथड थडकू लागले. अंगणात बांधलेलं रेडकू एका दगडासरशी पटकन खाली बसलं आणि पाय झाडू लागलं. आडोशाला ठेवलेल्या हंड्यावर एक धबका बसला. ठाणकन आवाज झाला. आत बसलेली म्हातारी भीतीनं वीतभर उडाली आणि हंड्याला केवढा तरी पोचा आला. मग म्हातारी रडू लागली. घाबरून थरथर कापू लागली. बापूच्या पोरांना कवटाळू लागली. एकच रडारड झाली. बंडा सर्वांवर ओरडला, ''रडायला का बा मेला का तुमचा? गप बसा आत जाऊन. खबरदार कुणी तोंडातनं आवाज काढला, तर!''

म्हातारी रडं आवरून म्हणाली, ''बंडा, माझ्या लेकरा, आता धडगत न्हाई रं! आता सगळा सत्यानास होतुया रं! अरं माझ्या देवा... अगं आई गं!''

''काय होत न्हाई आन् जात न्हाई!'' आवाज चढवून बंडानं म्हातारीला दटावलं, ''तू निवांत बस. आमचं आम्ही बघून घेतो!''

घरातल्या सगळ्या माणसांना माळीत बंद करून बंडा एकटा सोप्यात राहिला आणि येणारे धोंडे लक्षपूर्वक बघू लागला. पण ते कसे आणि कुठून येतात, हे त्याला कळलं नाही.

तिसऱ्या प्रहरापर्यंत हा प्रकार चालला. न्हाव्याच्या घरात तोपर्यंत कुणाच्या पोटात अन्नाचा कण गेला नाही. अखेर जेव्हा धोंडेफेक बंद झाली, तेव्हा मंडळी भाकरी खायला बसली. बंडानं भाकरीचा तुकडा मोडून तोंडात घातला आणि तो संतापला, ''भाकरी पिठाच्या केल्यात, का राखंच्या?''

पण बंडाखेरीज सगळ्यांना भाकरीची चव वेगळी लागली नाही, तेव्हा बापूच्या पानातला तुकडा घेऊन बंडानं तोंडात घातला. थूऽ थूऽ थू! त्यालाही तीच चव! तोंडात घास न घालताच बंडा उठला आणि म्हातारीला म्हणाला, ''मी जाऊन येतो. बापू, भिऊ नकोस. मी बंदोबस्त करून येतो.''

– आणि धोतर काखेला मारून तो चार-पाच मैलांवर असलेल्या वाडीकडे निघाला. त्याला आता या प्रकारांची शहानिशा करायची होती. हा चावटपणा

कुणी केलाय, हे त्यानं बरोबर ताडलं होतं.

तरातरा रस्ता चालून तो वाडीत आला. आला तसा धोंडी लेंगऱ्याच्या घरात शिरला.

भिंतीला टेकून बसून धोंडी गांजा ओढत होता. त्याला बोलला, ''धोंडी, हा तमाशा बंद कर!''

''कसला तमाशा?''

''तुझ्याजवळ पित्रं हायेत, ती तू माझ्या घरावर सोडलीस!''

''काय कारन?''

''माझं देणं तू लागत होतास. त्याच्या व्याजात मी तुझी जिमीन घेतली. तो राग तुझ्या पोटात हाय!''

''न्हाव्या, तुला उशिरा कळलं. पन्नास रुपयांच्या कर्जापायी तू माझी हजार रुपयांची जिमीन बळकावलीस!''

''तू वेळेवर मुद्दल दिलं न्हाईस; व्याज वाढलं. जिमीन गेल्यावर का बोंबलतोस?''

''मी न्हाई; बोंबलायची पाळी आता तुजी आलीया!''

''धोंड्या, बऱ्या बोलानं पित्रं माघारी बोलाव!''

''ती आता माझं ऐकणार न्हाईत. ती आता खवळलीत!''

तांबारलेल्या डोळ्यांनी लेंगरा बंडाकडे रखारखा बघू लागला. त्याच्या निबर अंगावरच्या शिरा टरारून फुगल्या होत्या. भिंतीला टेकून बसल्यामुळं उघडी पाठ आणि हाताचं ढोपर पांढऱ्या मातीनं मळलं होतं. केसांचं जंजाळ अंगावर असलेला धोंडी एखाद्या जंगली जनावरासारखा न्हाव्याकडे बघत होता.

मग न्हावीही रागानं हिरवा-पिवळा झाला. म्हणाला, ''लेंगऱ्या, मी तुझा जीव घीन. फासावर गेलो, तरी बेहत्तर!''

''त्याअगुदर माझी पित्रं जीव घेतील. गुर्मीत मरू नगंस. माझी जिमीन माघारी दे!''

''न्हाई देणार. तुला का करायचं हाय, ते कर!''

निर्वाणीचं उत्तर देऊन बंडा बाहेर पडला आणि गावाकडच्या वाटेनं चालू लागला.

दिवस मावळत चालला होता. आभाळ गढुळलं होतं. आजूबाजूला माणूसकाणूस नव्हतं. बंडा न्हावी एकटाच सपासपा पाय उचलीत होता.

धोंडी लेंगऱ्यापाशी पितरं होती, ही गोष्ट सगळीकडे म्हाजूर होती. ती त्यानं

कोकणातून जबर रक्कम देऊन आणली होती आणि शिकारी कुत्र्यासारखी पाळली होती. ती कशी आहेत, काय आहेत, हे कुणी प्रत्यक्ष पाहिलं नव्हतं. पण अशी बोलवा होती की, शेंदूर फासलेले ते बचकेएवढे गोटे आहेत आणि धोंडी लेंगऱ्यानं ते आपल्या झोपायच्या जागी खोलवर पुरून ठेवले आहेत. त्यांना नेहमी काही तरी कामगिरी हवी असते. त्यासाठी ती सारखी लेंगऱ्याला छळत असतात. त्यांना राबवून घेण्यासाठी लागणारे सारे मंत्र-तंत्र लेंगऱ्याला माहीत आहेत. त्यासाठी तो कडक पथ्यपाणी करतो. ग्रहणादिवशी कमरेइतक्या पाण्यात उभा राहून मंत्र जपतो आणि कधी स्मशानात मध्यरात्री जाऊन बसतो.

चालता-चालता बंडा न्हाव्यासारखा जवान माणूस भीतीनं घामाघूम झाला. वरचेवर मागं पाहू लागला. न जाणो, अंगठ्याएवढे हातपाय असलेले ते तांबडे गोटे अकस्मात मागून येतील आणि आपल्याला अलगद उचलून निवडुंगाच्या काटेरी बनात फेकून देतील. नाही तर छातीवर थयाथया नाचतील आणि रक्ताच्या गुळण्या होऊन आपण मरू. मग आपली पोरं वनवासी होतील आणि आपली सर्व इस्टेट बापूची बायको बळकावील. म्हातारी शोकानं गपकन मरेल आणि बिचारी कोंडी... काकूनं अन्नपाणी न दिल्यामुळं दारोदार भिक्षा मागत हिंडेल... छे, ही पितरं आपला सत्यानाश करतील.

बंडा न्हावी थोडा-फार टरकला आणि मागं न बघता सटक्यानं पाय उचलू लागला.

आता दिवस मावळून गेला होता. सगळीकडे अंधार कालवला होता. किडे कचकचत होते. शेजारच्या ओढ्याचं पाणी खळखळ करीत होतं. बंडा न्हावी मनात टरकला होता. पण टरकून भागणार नव्हतं. काही तरी इलाज करायला पाहिजे होता. पैशाच्या बळावर धोंड्याला वाकवणं अशक्य नव्हतं. त्याच्याइतकाच एखादा जबर पित्र्या शोधून आणून त्याच्यावर सोडणं अवघड नव्हतं. पण असा बहाद्दर कुठं मिळणार? आणि जरी मिळाला, तरी त्यालाही धोंड्यानं हटवला; म्हणजे मग? खवळून गेलेली पित्रं काय करतील? त्यापेक्षा काही वेगळा, धोंड्याचा एकदम मटका बसविणारा उपाय शोधून काढणं आवश्यक होतं.

विचाराच्या नादात घोर कमी झाला आणि पायांखालची वाटही ओसरली. बंडा न्हावी आपल्या गावात आला. घरात शिरला.

दिवे लागले होते आणि न बोलता-सवरता न्हाव्याची माणसं घरात वावरत होती. मनातून भ्यालेली, हबकलेली – भुतानं पछाडल्यासारखी. बापू न्हावी गुडघे उभे करून उगीच बसला होता. त्याचं पागोटं त्याच्या गुडघ्यांवर होतं आणि दोन्ही हातांनी तो आपलं टक्कल पडलेलं डोकं गोंजारीत होता.

बंडानं विचारलं, “का रं, माझ्या माघारी काय घडलं का?”
“काय न्हाई. पर म्हशीनं धार दिली न्हाई.”
“का बरं?”
“राम जाणं! पर दुधाचा थेंब न्हाई तिच्या कासंत!”
“आटलीच म्हणावी का?”
“हा!”
“पारडू सुटून पेलं होतं का?”
“न्हाई!”
“ठीक!”

बंडानं जाणलं की, हाही धोंड्याच्या करणीपैकीच एक प्रकार आहे. हत्तीसारखी म्हैस दूध देईनाशी झाली. उत्पन्न बुडालं. दुधातुपाची बाजू बंद झाली!

रात्रीची भाकरीची चव विलक्षण लागल्यामुळं बंडानं काही खाल्लं नाही. मुलंबाळं जेवली. कोंडी आणि जाणती पोरं घरात झोपायला भिऊ लागली, तेव्हा त्यांना शेजारच्या घरी नेऊन झोपवलं.

रात्री धोंडे पडले. म्हशीची वैरण आग लागून जळाली.

न्हाव्याच्या घरात दिवा रात्रभर तेवत होता.

सकाळी बंडा जागा झाला, तेव्हा अंगावर असलेल्या धोतरावर बिब्याच्या काळ्या फुल्या पडल्या होत्या – अगदी खडी काढल्यासारख्या. पण आता कोणत्याच गोष्टीचं नवल करण्यासारखं नव्हतं. करणीचे खेळ काय करतील आणि काय नाही, याचा नेम नव्हता.

मनात काही निश्चय करून बंडा तालुक्याला जायला निघाला. जाताना त्यानं पैशाची पिशवी कमरेला लावली.

गावातून जाताना लोकांनी विचारलं, “काय बंडा, काय तयारी?”
“तालुक्याला जाऊन येतो!”
“घरातला खेळ थांबला का?”
“न्हाई!”
“काय भानगड असावी बरं ही? तुमच्या वाईटावर कुणी होतं का? करणीचा खेळ आहे हा. एखादा मंत्र्या बघून बंदोबस्त करा.”
“हां.”
“म्हैस आटली म्हणं, तुमची?”
“हां.”

"कडबाबी जळला, म्हणं! खरं का?"

"खरं."

"असं रोज होऊ लागलं, तर गावात राहणं कठीण हुईल... पण गाव सोडून जावं तरी कुठं?"

"होय की!"

"बराय, जा मग. ऊन होतंया!"

"हां."

अशी घुम्यासारखी उत्तरं देऊन बंडा गावाबाहेर पडला आणि तालुक्याच्या वाटेला लागला.

गावात चहूकडे हा विषय चालला आहे आणि लोक आपली दया करत आहेत, याची जाणीव होऊन त्याला वाईट वाटलं. बंडा न्हावी कधी लोकांच्या दयेचा विषय झाला नव्हता. लेंगऱ्याचा मटका बसवलाच पाहिजे!

तालुक्याला आल्याबरोबर गावच्या एका माणसाच्या ओळखीनं फौजदाराच्या घरी जाऊन न्हावी त्याला भेटला. बैठकीच्या खाली बसून त्यानं घरात चाललेल्या गोंधळाची तपशिलवार हकिगत फौजदाराला सांगितली आणि आरामखुर्चीवर तंगड्या पसरून पांढरी विडी ओढीत फौजदारानं ती ऐकली.

शेवटी न्हावी कळवळून म्हणाला, "म्हाराज, हे शंभर रुपये घ्या आन् त्या धोंड्याचा काय तरी बंदोबस्त करा."

फौजदाराला सगळी मजाच वाटली. तो हसला आणि म्हणाला, "अरे, काय करणीच्या गोष्टी सांगतोस पोरासारख्या? खोटं आहे सगळं!"

"न्हाई महाराज, खोटं म्हणू नका. सगळा गाव साक्षीला आहे. तुम्ही डोळ्यांनी बघा!"

"काय बघू? ती पितरं मला दाखवशील?"

"ती दिसत न्हाईत, साहेब... पन त्यांनी केलेला गोंधळ बघा!"

"अरे, पोरीचे केस रोगानं गळले असतील – डॉक्टरला दाखव."

"अवं, अक्षी कात्रीनं कापावंत, असं? पोरगीला रोगबीग काय न्हाई!"

मग फौजदारानं थोडा विचार केला आणि सातविती घोड्यावर टांग टाकून तो म्हणाला, "चल, बघू दे मला तुझी पितरं."

फौजदाराच्या घोड्याबरोबर धावपळ करीत बंडा न्हावी वाटेनं जाऊ लागला. त्याची दमछाट झाली. तो मागं पडला की, फौजदार घोडा आवरी आणि ओरडे,

"रे न्हाव्या, दमलास का लेका? अरे, तुझ्यासारख्या जवानानं घोड्याला मागं टाकलं पाहिजे!"

मग श्वास रोखून आणि धोतर आवरून न्हावी रपाट पळे. पण फौजदाराच्या घोड्याला चार पाय होते आणि न्हाव्याला दोन.

अखेर दोघेही गावात आले. न्हाव्याच्या घरापाशी घोड्याखाली उडी मारून फौजदार सोप्यात चढला आणि मोठ्यानं गरजला, "रे न्हाव्या, कुठायत पितरं? दाखव मला. मी कुस्ती खेळतो त्यांच्याबरोबर."

फौजदार असा बोलला मात्र, कुठूनसा एक धोंडा आला आणि दाणकन त्याच्या पायाच्या बोटांशी पडला.

अगे माँऽऽ गे!

दोन्ही हातांनी उचलणार नाही, असा तो धोंडा फौजदाराच्या डोक्यात जर पडला असता, तर एका फौजदाराचे चार फौजदार झाले असते. सुपारी फुटावी, तसा तो जवान अधिकारी त्याखाली फुटला असता. न्हावी म्हणाला, "बघा सायेब, आली परचीती?"

साहेबानं आरडाओरडा केला, "धोंडा कुणी फेकला? हा पाजीपणा आहे. पितरबितर सब झूट आहे."

– आणि बघता-बघता न्हाव्याच्या घरानं पेट घेतला. एकाएकी, आकस्मिक! रॉकेल ओतून काडी लावावी, तसा.

लोकांची धावाधाव झाली. मुंग्यांसारखी ओळ लावून लांबच्या विहिरीचं पाणी आणून शिंपलं, विहिरीचा तळ दिसेपर्यंत शिंपलं, तेव्हा आग बसली. साहेब स्वत: पाण्याच्या कळश्या देत ओळीत उभा होता. त्याचा भारी ड्रेस भिजून चिंब झाला.

त्याला लोक म्हणाले, "साहेब, खोटं म्हणू नका. ही करणी आहे. कुणी तरी न्हाव्यावर पित्रं सोडली आहेत."

काहीएक न बोलता, गावातील चार दणकट रामोशी घेऊन साहेब घोड्यावरून दौडत वाडीला गेला आणि हातात पिस्तूल घेऊन धोंडी लेंगऱ्याच्या घरात अकस्मात शिरला; मुळीच वासपूस न करता त्यानं त्याला बाहेर काढला. वाडीपासून दूर ओढ्याच्या काठाला नेला आणि निरगुडीच्या लांब लवचिक फोका काढल्या. चारी रामोश्यांच्या हाती दिल्या आणि ऑर्डर दिली की, या साल्याला ठीक करा!

लेंगऱ्याला झाडाला पाठमोरा उभा करून रामोश्यांनी फोका ओढल्या. त्याच्या पाठीवर सपासप ओढल्या. एक दमला की, दुसरा पुढं होई, नवी फोक

घेई आणि भिर्रकन लेंगऱ्याच्या कुल्ल्यावर ओढी. पण लेंगरा ओरडला नाही. त्यानं हूं का चूं केलं नाही. फोकांचे वळही त्याच्या अंगावर उठले नाहीत. तोंडात तंबाखू धरून तो गप्प उभा राहिला होता. माराला पाठ देत होता.

सारे रामोशी दमले. त्यांचे हात काम देईनात. तेव्हा झाडाखाली बसून हा विलक्षण प्रकार बघत राहिलेल्या फौजदाराला एक डोळा बारीक करून लेंगऱ्या म्हणाला, ''सायब, तुझ्या बंदुकीची गोळी मारलीस, तरी ह्या धोंडीच्या अंगाला भोक पडणार न्हाई! का उगीच रामोशी दमवतोस? न्हाव्यानं लबाडीनं माझी जिमीन बळकावलीय. ती माघारी घेतल्याबगार मी सोडणार न्हाई. तू मधी पडू नगंस!''

साहेब शहाणा माणूस. त्यानं लेंगऱ्याला सोडून दिलं, एक पांढरी विडी ओढायला दिली. न्हाव्याला त्याचे शंभर रुपये माघारी देऊन सांगितलं, ''गड्या, माझं काही चालत नाही. लेंगरा माणूस नाही, सैतान आहे. हिंमत असेल, तर त्याच्याशी खेळ; नाहीतर जमीन देऊन मोकळा हो!''

– आणि घोडा उडवीत तो तालुक्याला निघून गेला.

■

'मौज' साप्ताहिक

जून महिन्यातल्या ओल्या सकाळी गावात एक भला मोठा वानर आला. एकटाच. त्याचा गोतावळा त्याच्या मागं नव्हता. आमच्या भागात हा प्राणी अगदीच विरळा. त्यामुळंच सर्वांच्या कौतुकाचा, आदराचा. जवळजवळ दहा-बारा वर्षांनी तो गावात दिसला. कुठून आला आणि कसा आला, कोण जाणे! पण आला, तो शेपटीची चवरी मिरवीत गावमारुतीच्या देवळात शिरला. गाभाऱ्यात गेला आणि घटकाभरानं बाहेर येऊन शिखरावर बसला. लांब शेपटी हलवीत उन्हाला बसला.

हा विलक्षण प्रकार पांडू गुरवाच्या बायकोनं बघितला आणि पोरगी काखेला मारून ती बाहेर पडली. घोडं चारायला गेलेल्या नवऱ्याला ही हकिगत सांगणं अगदी जरूर होतं; कारण मारुती गावात आला होता, देवळात जाऊन आला होता!

देवळाजवळ असलेल्या शाळेत जाण्यासाठी गावातली गुलाम पोरं पाटीदप्तरं हलवीत आली आणि शाळेच्या पायरीवर येऊन बसली, कारण शाळा अद्याप उघडलीच नव्हती. मास्तरांचा चहा अद्याप व्हायचा होता.

तारेवर चिमण्या बसाव्यात, तशी ती पोरं पायरीवर दाटीवाटीनं बसली आणि आपल्या मिचमिच्या डोळ्यांनी नव्या सूर्याचा चमकदार प्रकाश बघू लागली; तेव्हा मारुतीच्या शिखरावर बसलेला तो नवखा प्राणी त्यांनी पाहिला. आनंद, आश्चर्य आणि भीती यामुळं त्यांची मनं उडू लागली.

मग मुसलमानाचं धीट पोर पुढं झालं आणि आपलं नकटं नाक खाजवीत ओरडलं, "अरं, वांडर, वांडर हूप, तुझ्या शेंडीला पावशेर तूप!"

त्याची री सर्वांनी ओढली, तेव्हा वानर आपलं काळं तोंड विचकून पोरांना भिवडवू लागला. जागच्या जागी नाचू लागला.

मग मुसलमानाच्या पोरानं धोंडा उचलला आणि नेमानं त्याच्या पाठीत बकावला. त्यासरशी वानर हातभर उडाला. वेदनेनं कळवळला. चीं-चीं ओरडत पळाला आणि पिंपळाच्या

मारुतराया

शेंड्यावर जाऊन पानांत दडला. पोरं खाली जमा झाली, तेव्हा त्यांना दम देऊ लागला. त्यामुळं पोरं जास्तीच चेवली आणि भराभर धोंडे फेकू लागली. पण वानर फार उंच होता. धोंड्याची फेक त्याच्यापर्यंत पोहोचेना. ते त्या धूर्त प्राण्याच्या ध्यानात आलं. पिंपळाची कोवळी पानं खात तो आरामात बसला.

दरम्यान ही बातमी पांडू गुरवाला मिळाली होती. तो घाईघाईनं घरी आला आणि टोपल्यातली कोरभर भाकरी घेऊन पिंपळाखाली गेला. धपाटे घालून त्यानं पोरं हुसकून लावली. आरडाओरडा केला, ‘‘कुठं फेडाल रं, हे पाप? बाराघरची बारा जमून आलाया आन् मारुतरायाला धोंडं घालत बसला? त्यानं काय केलंय रं तुमचं?’’

गुरवानं धुडकावली, तेव्हा ती चांबट पोरं गुरवाला शिव्या घालीत आणि त्याची उंडग्या बायकांशी असलेली लफडी मोठमोठ्यानं उच्चारीत पळाली.

हातातला भाकरीचा तुकडा वर करून पांडू वानराला बोलावू लागला.

‘‘या, या हनुमंता, हे घ्या!’’

पण वानर पानेच खात बसला. त्यानं गुरवाकडं बघितलं नाही.

रानात जाता-जाता ही मजा बघत उभ्या राहिलेल्या आबानानांनी गुरवाला वेड्यात काढलं. हनुवटीला झोले देत म्हटलं, ‘‘लेका पांड्या, आज वार कोणता?’’

‘‘सनवार, नाना!’’

‘‘मग भाकरी कशी घेणार रं, तो मारुतराया?’’

‘‘मग?’’

‘‘अरं, फराळाबिराळाचं काय आण गाढवा!’’

नाना वारकरी होते. मोठे भाविक होते. गावातली चार मंडळी जमवून ते भजन करीत. भजनाचा टाळ, मृदंग इत्यादी सारा सरंजाम त्यांच्या घरी होता. राम-जन्म, मारुती-जन्म असले समारंभ ते मोठ्या हौसेनं करीत. म्हाताऱ्याच्या शब्दाला गावात चांगला मान होता!

नानांचं हे बोलणं गुरवाला पटलं. धांदलीनं घरी जाऊन तो मूठभर शेंगदाणे घेऊन आला. ते दाखवून वानराला विनवू लागला, ‘‘देवा, या! हे घ्या. देवा, खाली उतरा!’’

पण वानर नुसताच डोकावून खाली पाही. पांढऱ्या पापण्यांची चमत्कारिक उघडझाप करी. आपल्या काळ्या, लांबसडक बोटांनी काखेत खाजवी आणि कोवळा पाला ओरबाडून खाई.

वानर बधेना, तेव्हा नानांना गुरव बोलला, "नाना, माझ्या पाप्याच्या हातचा फराळ घेणं त्याला पसंत नाही. तुम्ही बघा –"

तेव्हा नाना पुढं झाले आणि शेंगदाणे हाती घेऊन विनवू लागले, "देवा, मी तुमचा दासानुदास आहे. माझा निवद घ्या. म्हाताऱ्याची सत्त्वपरीक्षा घेऊ नका!"

नानांनी नाना परीनं विनवलं, पोथीतल्या ऐकलेल्या संबोधनांनी हाका घातल्या; तेव्हा वानर खाली उतरू लागला.

आतापर्यंत बरेच गावकरी गोळा झाले होते. मारुती खाली उतरू लागला, तशी त्यांची मनं अधीर झाली.

वानर बुंध्याशी आला. पिंपळाच्या बेचक्यात बसला. नाना जवळ गेले आणि त्यांनी हात वर केला. वानर पुढं वाकला. नानांशी भिडला. आपल्या काळ्या पंज्यांनी त्यानं म्हाताऱ्याचा हात धरला. गमतीदारपणं इकडे-तिकडे बघितलं.

नाना म्हणाले, "घ्या, घ्या आता. अनमान का?"

मग एकाएकी वानरानं तोंड पुढं केलं आणि मक्याचं कणीस दातरावं, तसा नानांचा हात दातरला, कांडरला आणि शेपूट उडवीत तो पुन्हा झाडाच्या शेंड्याशी गेला.

त्या चाव्यानं नाना कळवळले, झीट येऊन खाली बसले! लोक धावले. म्हाताऱ्याला अल्लाद उचलून आणून त्यांनी घरात झोपवलं आणि हातावर गावठी उपचार केले.

बापाचा हात फोडलेला बघताच थोरला पोरगा कळवळला. पेरणीच्या कामी म्हातारा निकामी झाला, आता रोजगारी गडी बघणं आलं – या विचारानं फार हळहळला.

मग गावातले लोक कुजबुजले की, नानांचा आपल्या सुनेशी संबंध आहे, हे खरं असलं पाहिजे; त्याशिवाय वानरानं त्यांना फोडलं नसतं! आणि त्यानंतर मारुतीला शेंगदाणे द्यायला कुणीच तयार होईना. कुणीच धजेना. विषाची परीक्षा बघा कुणी? पण गावात आलेला देव उपाशी ठेवावा कसा? गुरवाच्या मनाला ही गोष्ट पटली नाही. आपल्या आठ वर्षांच्या मुलीला शेंगदाणे देऊन तो वानराला म्हणाला, "देवा, हे लेकरू अस्त्राप हाय – ह्याच्या हातचं तरी घ्या!"

ती अजाण पोर हातात शेंगदाणे घेऊन उभी राहिली, तेव्हा वानर पुन्हा खाली आला आणि पोरीची पोटरी फोडून गेला! सोनाराच्या लिंबावर जाऊन बसला. गुरवाच्या बायकोनं ऊर बडवून घेतलं आणि वानराच्या नावानं बोटं मोडली. तालुक्याच्या दवाखान्यात दाखवण्यासाठी पोर पाठीशी टाकून गुरव निघून गेला.

यावर लोक कुजबुजले, "गुरवाची आणि त्याच्या बायकोचीही चालचलणूक बरी नाही, त्यामुळं असं झालं."

वानर कुणाच्याच हातचं खाईना, तेव्हा सर्वांना मोठी पंचाईत पडली. पानाच्या चंच्या सोडून, घोळक्या-घोळक्यानं उभं राहिल्या-राहिल्या त्यांच्या चर्चा चालू झाल्या.

दरम्यान सोनराच्या लिंबावरून वानर लव्हाराच्या जांभळीवर गेला. तेव्हा खाली बघून मुकाट मोट ठोकणारा लव्हार तोंडातला तंबाकूचा गुळणा टाकून उठला आणि पोराला पाजत बसलेल्या बायकोला म्हणाला, "थोड्या शेंगा दे गं. वानर आलाय आपल्या दारात!"

"येडं का काय? मरू दे त्यो वानर. आपलं काम बघा."

"अगं, दारात आलाया आपणहून. त्याला काय तरी दिलं पाहिजेल!"

बायकोची वाट न बघता बयत्याच्या आलेल्या शेंगांतल्या ओंजळभर शेंगा काढून तो बाहेर आला आणि वानराला दाखवून बोलावू लागला. आजूबाजूस कुणी नाही, हे पाहून वानर खाली आला आणि लव्हाराचं तंगडं चाबलून धूम पळाला. गावातला एक लव्हार जायबंदी झाला. आता शेतकीची अवजारं बनवणार कोण?

त्या लठ्ठ वानरानं सकाळपासून तिसऱ्या प्रहरापर्यंत असा धुमाकूळ घातला. पिसाळलेल्या कुत्र्याप्रमाणं ते दिसेल त्या माणसावर दात चालवू लागलं, तेव्हा नानांचा थोरला पोरगा अधिक खवळला. बेचकेसारखे धोंडे हाती घेऊन जांभळीखाली आला. रागानं वानराला म्हणाला, "राया, तू फार डाळ नासलीस!"

– आणि नेम धरून त्यानं धोंडा भिरकावला. हिकमतीनं एका अंगाला होऊन वानरानं तो चुकवला आणि दात विचकीत तो नानांच्या मोठ्या मुलावर धावून आला. दुसरा धोंडा उचलून पोरगाही हुशार राहिला. तेव्हा वानर चारी पायांवर अल्लाद उड्या घेत अण्णा जरगाच्या मळ्यात घुसला.

हातात धोंडा घेऊन नानांचा पोरगा त्याच्यामागं काळासारखा लागला. त्याचा आवेश बघून गावातली आणखी काही तरणीबांड पोरं त्याच्याबरोबर धावली. काठ्या, धोंडे घेऊन धावली.

दोन-चार मैल ताणपट्टा काढल्यावर वानर थकला. अंगावर आलेले धोंडे चुकवण्यात त्याच्याकडून कुचराई होऊ लागली आणि मग दहा-बारा धोंड्यांत तो खाली पडला. पडला तसा पोरांनी गराडा घालून त्याला मधे घातला. आता

आपण वाचत नाही, हे जाणून तो शहाणा प्राणी केविलवाणे हातवारे करून आपल्याभोवतीच फिरू लागला. तेव्हा वाण्याचा सदा हात आवरून नानांच्या पोराला म्हणाला, "अरं, अरं, तो हात जोडतोय... पाया पडतोय. 'मला मारू नका,' म्हणतोय."

पण नानांच्या पोराला क्रोध आवरला नाही. आवेशानं पुढं होऊन त्यानं वानराला काठ्या घातल्या. बाकीच्या पोरांनी निर्दयपणे त्याला धोंडाळला. नाका-तोंडाला रक्ताचे बुडबुडे येऊन, हातपाय झाडून वानर मेला; निश्चेष्ट पडला, तेव्हा त्याचे दोन्ही पंजे एकमेकांत गुंतले होते आणि केसांचं शिप्तर असलेलं त्याचं डोकं मातीत भरलं होतं.

ती त्याची दशा बघून नानांच्या पोराला कणव आली. तो विचार करून बोलला, "पोरांनू, एक जण हतं राहा. आमी जाऊन टाळ-मृदंग घेऊन येतो. मारुतीला वाजत-गाजत माती देऊ!"

त्याचा आवाज विलक्षण मऊ आला होता.

मेल्या वानराकडे दयाळूपणानं पाहत सदा बोलला, "गरीब आपल्या हातनं मेला; वाईट गोष्ट झाली!"

मग सर्वांच्या सांगण्यावरून तो गिधाडं वारायला तिथं राहिला आणि पोरं गावात आली.

वानर मेल्याची हकिगत लोकांना कळली, तेव्हा त्यांनी हात जोडले आणि 'गावात घडलेल्या या अपराधाबद्दल क्षमा कर,' अशी मारुतीला विनवणी केली.

भजनीमंडळींसहित पोरं रानात गेली. रामनामाचा गजर करीत त्यांनी मोठ्या मानसन्मानानं वानराला ओढ्यात आणला आणि माणसासारखा जाळला!

नानांच्या जिवाला ही गोष्ट फार लागली. दुखण्यातून बरे झाल्यावर त्यांनी ज्या जागी वानराला मारला, त्या जागी एक दगडी चौथरा बांधला.

आता भाविक लोक जाता-येता त्याच्या पाया पडतात!

■

'मौज' साप्ताहिक

गावात कुलकर्ण्यांची आठ घरं आहेत. आठ जणांची तोंडं आठ दिशांना असतात. बारा महिने तेरा काळ भाऊबंदकी चाललेली असते. वतनाची आणेवारी होऊन प्रत्येकाला पाच वर्षं पाळी येते, कुणी तरी एक जण सरकारी अधिकारी होतो आणि पुन्हा पाळी येईपर्यंत पुरेल इतकी लाच या पाच वर्षांत खातो. बाकीची सात जणं त्याच्या नावानं जळतात. त्याच्यावर नाना तोहमती आणण्याचा प्रयत्न करतात. पण तो बहाद्दर त्यांच्याच कुळातला असल्यामुळं सगळ्यांना पुरून उरतो. पाच वर्षं रंग-रंग करतो.

यंदा सखाराम पांडुरंगकडे पाळी आली होती. त्याच्या आयुष्यात तो प्रथमच कुलकर्णी होत होता. कारण बापाच्या मरणानंतर या पोरक्या पोरांना घेऊन त्यांची आई शहरगावी गेली आणि मोठ्या जहांबाजपणे तिनं पोरं कळती होईपर्यंत दिवस काढले. त्यांना लिहा-वाचायला शिकवलं आणि मग ती गावी आली. तोपर्यंत त्यांची पाळी भाऊबंद करीत होते – आणि ठरलेला खंड तिला देत होते. पण आता सखाराम पांडुरंग वीस-बावीस वर्षांनी फिरून आपलं वतन संभाळणार होता. गावच्या पांढरीचा हा भेंडा कसा होता? काय होता?

पाच फूट उंचीचा आणि विड्या ओढून छातीचं खोकं झालेला तो एक फाटका आदमी होता. घरची ऐपत नसल्यामुळं त्याचं अद्याप लग्न झालं नव्हतं. वय उलटून गेल्यामुळं पुढं होण्याची आशाही नव्हती. म्हणून अलीकडे तो एखादी बाई ठेवायचा विचार करीत होता. तसं घरी भावंडांना आणि आईला वरचेवर बजावत होता. पण त्या सर्वांना ठाऊक होतं की, बाई ठेवायलाही ऐपत लागते. त्यामुळं ते बेफिकीर होते. आणि सरड्यासारखा दिसणारा हा माणूस गावच्या लव्हार-सोनाराच्या दुकानी, सुतारमेटावर किंवा शाळेच्या कट्ट्यावर आपला निश्चय जाहीर करीत होता.

एक साल जोशीपणाही त्याच्याकडे आला. गावातील लग्नं त्याच्या हातून लावली गेली. विधवा बयानं आपल्या थोरल्या पोराचं लग्न उरकून घेतलं, तेव्हा सखारामनं तिला भिरभिरं आणलं. पद्धतीप्रमाणं त्या बाईनं लग्नाला लागणाऱ्या

कलागत

सुपाऱ्या, खारका, बदाम हे जिन्नस स्वस्ताईचे, किडके, बारीक आणि खवट असे आणले होते. सखारामच्या जेव्हा हे नजरेत आलं, तेव्हा तो विलक्षण चवताळला. जिन्नस चांगले असतील, तरच लग्न लावीन; नाहीपेक्षा लावणार नाही म्हणाला. तेव्हा बाईनं पडतं घेतलं आणि सगळे जिन्नस पुन्हा आणवले! सखारामचं समाधान झालं. लग्न पार पडलं.

चार-सहा दिवस गेल्यावर बयाच्या ध्यानात आलं की, कणीक, गूळ, हरबऱ्याची डाळ या आणि अशा इतर अनेक जिनसांप्रमाणं सखारामनं अंतरपाटाचं वस्त्रही आपल्या घरी नेलं आहे! वास्तविक अशी पद्धत नव्हती. न पुसता-सवरता सखारामनं हा कारभार केला होता. म्हातारीला वैताग आला. तोंडानं वटावटा करीत ती सखारामच्या घरी गेली आणि उंबऱ्यात फतकली घालून बसली. सखारामची सोवळी आई भिंतीला टेकून तपकीर ओढीत बसली होती. तिला म्हणाली, ''काय म्हणावं हो, तुमच्या लेकाला?''

आपल्या लेकाच्या कर्तृत्वावर भलताच विश्वास असलेली ती म्हातारी तपकिरीचा झटका सोशीत म्हणाली, ''गावचा वतनदार आहे तो. सगळा गाव जे म्हणतं, ते तू म्हण!''

''मला हाय ठावं, त्यो वतनदार हाय. माझ्या नामूच्या लग्नात शेला घेऊन आलाय, त्यो तेवढा माघारी द्या माझा!''

''कसला गं शेला? तुझ्या घरचं कापड आणून अंगावर घालायला आम्हाला काय भीक लागलीय?''

चवड्यांवर बसलेली बया म्हातारीच्या दिशेनं सरासरा पुढं सरली. तिच्या तोंडापुढं हात नाचवीत म्हणाली, ''माझ्या लेकाच्या लग्नात बामण होता तुझा वतनदार... त्याला पूस!''

''असंल जरूर, तर तू पूस. मला गं काय करायचं?''

''मला न इचारता नेला शेला. अशी वहिवाट नाही. परत द्या!''

''वहिवाट तू मला शिकवतीस काय गं? आणि माझा लेक इतका हपापला नाही कापडांना. मनात आणील, तर असल्या शेल्यांचा ढीग लावील घरात, हां!''

बयाला म्हणायचं होतं, 'अगं, पुरेत तुझ्या चळका! इतका तालेवार आहे तुझा लेक, तर छप्पन ठिकाणी मुरड घातलेलं धोतर का नेसतो? येड्या-पांगळ्यांची लग्नं होतात आणि त्याचं का अजून झालं नाही?'

पण तिला गावात वागायचं होतं. आज ना उद्या कामधंद्यासाठी कुलकर्ण्यांची नड तिला लागणार होती. सखारामच्या हाती आज सत्ता होती. तेव्हा ती मऊपणानं बोलली, ''व्हय बाई, हाय तुझा लेक तालेवार. आम्ही गरीब माणसं.

माझं पोरगं थंडीवाऱ्याचं त्यो शेला पांघरंल!''

बया अशी खळीला आली, तेव्हा म्हातारीनं तिला उडवून लावलं.

''मला तुझा शेला ठाऊक नाही! लेक चावडीवर गेलाय, तो आला म्हणजे त्याला विचार. माझं टाळकं उठवू नकोस.''

– आणि ती भुईला हाताचा रेटा देऊन उठली. घरात कालवणाला काही नव्हतं, म्हणून उसनी डाळ मागायला कुंभाराच्या घरी गेली.

म्हातारीनं दार दडपून घेतलं; तेव्हा बडबडत, हातवारे करीत बया घरी आली आणि आपल्या धाकट्या लेकाला म्हणाली, ''चावडीकडं जा रं. सखाराम बामण घरी गेला, म्हणजे मला सांगत ये!''

पोरगं गेलं. चावडीसमोर जाऊन कुलकर्णी घरी जाण्याची वाट बघू लागलं.

चावडीवर उगीच उशीरपर्यंत बसून सखारामनं महारा-रामोश्यांना पोकळ दाब दिला. हुकूम सोडले. शिव्या घातल्या आणि पोटात भूक ओरडू लागली, तेव्हा चौगुल्याकडून तमाखू मागून घेऊन दाढेला धरली. उशीर भलताच झाला. जेवणवेळ टळून गेली. बयेचं पोरगं वाट बघून-बघून कंटाळलं, तरी सखाराम रुळानं कोरे ताव आखीत होता. सात-बाराची बुकं चाळत होता. अखेर चावडीसमोरचा बशा महार सोडून तिथं कुणी चिटपाखरू राहिलं नाही.

माथ्यावरचा सूर्य कलून चावडीची सावली समोरच्या झाडाला टेकली, तेव्हा तो उठला आणि तोंड वर करून घराकडे आला. चहा करून देण्यासाठी म्हातारीवर खेकसला. नित्याप्रमाणं दोघांचा खटका उडाला. 'तू-मी' झाली. वाईटवकटे शब्द आणि चार शिव्या यांची देव-घेव झाली. तेव्हा म्हातारीनं चहा केला आणि पंचपात्र भरून लेकापुढं ठेवला.

बयाचा पोरगा घरी धावत गेला आणि सखाराम घरी गेल्याची बातमी त्यानं आईला सांगितली. ती ऐकताच हातातलं काम टाकून बया लगालगा सखारामच्या घरी गेली. उंबऱ्यात बसत म्हणाली, ''अवं, कुरकळणी!''

पण तिच्या हाकेला सखारामऐवजी म्हातारीनंच 'ओ' दिली. ती स्वयंपाकघराच्या आडोशातून ओरडली, ''कोण आहे? कुलकर्णी घरी नाही!''

पण बयाला बरोबर पत्ता लागला होता.

''ऊं, न्हाई कसा? आता चावडीकडनं आलेला मी बघितला!''

बयेनं पाळत ठेवली असली पाहिजे, हे म्हातारीनं ओळखलं. धूर्तपणानं उत्तर दिलं, ''आला होता खरा, पण लगेच धोतर घेऊन अंघोळीला गेला विहिरीवर!''

''कंच्या विहिरीला?''

"मला ठाऊक नाही! गावात काय एक विहीर आहे?"

मग बया बसूनच राहिली. कुलकर्ण्यांची गाठ घेतल्याशिवाय ती उठायला तयार नव्हती. काही न बोलता-सवरता ती गबा वाणिणीसारखी दारात धरणं धरून बसली.

पण तास झाला दोन तास झाले, तरी अंघोळीला गेलेला सखाराम पाण्यात पडल्यासारखा तिकडेच राहिला. घरी आलाच नाही. म्हातारी स्वयंपाकाला लागली आणि बसून-बसून बयाच्या पायाला मुंग्या आल्या, तेव्हा ती चडफडून उठली आणि म्हणाली, "मी जाते. अंघोळीसनं आल्यावर सांगा, मी आले होते म्हणून!"

म्हातारी उत्तेजित स्वरानं बोलली, "होय... होय, सांगीन हं, सांगीन. कामधंदा सोडून का बसली असशील उगीच? त्याचं काय मेल्याचं! तिकडं कुणी दादा-अण्णा भेटला असला, तर तालुक्यालासुद्धा जाईल!"

बया निघून गेली, तेव्हा इतका वेळ स्वयंपाकघरात चोरट्यासारखा बसलेला सखाराम म्हणाला, "गेली थेरडी! मला पाणी दे अंघोळीला!"

– आणि परसात बसून त्यानं कावळ्यासारखी अंघोळ केली. मटामटा चार घास खाल्ले. दोन पायांवर बसून विडी ओढली. अंगावरचं धोतर तोंडावर घेऊन जात्याशेजारी ताणून दिली.

चार-पाच दिवस अशी चुकवाचुकवी केल्यावर एके दिवशी फसगतीनं तो सापडला. चाणाक्ष बयेनं त्याला बरोबर घरी गाठला आणि रागेजून ती म्हणाली, "माझा शेला द्या. किती दिवस हेलपाटं घालतीया. गाठच पडून घ्या ना माझी!"

सखारामनं न बोलता विडी पेटवली. झुरके मारायला सुरुवात केली. बयेकडे लक्षच दिलं नाही. त्याच्या सगळ्या हालचालींकडे बया बघत होती. तो आता बोलेल मग बोलेल, अशा अपेक्षेनं बघत होती. पण सखाराम बोललाच नाही, तेव्हा तिनं तोंड उघडलं, "किती हेलपाटे द्याल? मी मोकळी न्हाई. आवरा चटशिरी!"

तेव्हा जणू आपल्याला काहीच माहिती नाही, अशा तऱ्हेनं सखाराम म्हणाला, "काय म्हणालीस, बया? मला काही बोललीस का? मी म्हणतोय, तू आईकडंच काही कामाला आलीस!"

"न्हाई, तुमाकडंच आले. माझा शेला द्या!"

"कसला शेला म्हणालीस, बया?"

बयेनं हनुवटीला बोट लावून म्हटलं, "हां! लग्नात शेला आणला माझा, त्यो माघारी न्हाई का द्यायचा?"

“हां-हां – ते फडकं होय? कुठं गळबटलं असेल पसाऱ्यात, ठेवतो बघून. सकाळच्या प्रहरी येऊन घेऊन जा.”

बयेनं डोक्यावरचा पदर सारखा करीत म्हटलं, “मला न्हाई तीन-तीनदा याला सवड. बघा आत्ताच आन् द्या!”

“आत्ता नाही सापडणार. मला चावडीत जायचं आहे. सकाळी देतो चौगुल्याजवळ धाडून. तू नको घेऊस हेलपाटा!”

“पर शेला आणलाया तरी का तुम्ही?”

“आणलाय तर! खोटं कशाला बोलू? तुझा शेला बळकावून मी काय श्रीमंत होणार आहे?”

“मग तुमची म्हातारी कशी न्हाई म्हणतीया?”

“तिला काय ठाऊक? तिला त्यातलं काही ठाऊक नाही. ती पंचाईतच करत नाही कशाची!”

इतका वेळ आत राहून ऐकणारी म्हातारी बाहेर आली. कमरेवर हात देऊन म्हणाली, “सखाराम, बाबा, तू काही तरी झेंगट करून बसतोस आणि या बायका येऊन मला छळत बसतात. माझ्या घरची साल काढली हिनं. केव्हा आणला होतास हिचा शेला?”

सखाराम हसला आणि बोलला, “तुला काय करायचं आहे, आई? माझं मी बघतो. जा गं, म्हातारे. सकाळी धाडून देतो तुझ्या घरी फडकं. अगं, मला तुझं गरिबाचं घेऊन काय मिळतंय?”

म्हातारी मान झिंजाडून चालती झाली.

दुसऱ्या दिवशी चौगुल्यानं शेला आणून दिला नाही आणि सखाराम कामासाठी जो तालुक्याला निघून गेला, तो आठ-दहा दिवस घरी आलाच नाही! जेव्हा आला, तेव्हा बया त्याच्या घरी गेली आणि चढ्या आवाजात म्हणाली, “माझा शेला द्या; त्याशिवाय मी दारातनं हलणार न्हाई!”

बया अगदी चढावर आलेली बघताच सखाराम एकदम फिरला. मग्रुरीनं म्हणाला, “कसला शेला?”

“हां? किती लबाडी वं ही?”

“कोण लबाड? माझ्या उंबऱ्यात जेव्हा-तेव्हा येऊन बसतीस. तुझ्या बापाचं काय देणं लागतोय मी?” सखारामनं आवाज एकदम चढवला, तेव्हा म्हातारी सटपटली.

“अरं, पर तूच म्हणालास की... मी आणलाय आन् देतो!”

“कधी? उगीच डोकं उठवू नकोस. चालती हो माझ्या घरातून!”

“हां, काय बाई तरी तऱ्हा म्हणावी! अरं, माझा शेला दे, मग मी जाते. मला काय घरदार न्हाई, तुझ्या दारात बसायला?”

“बुटानं मारीन थेरडे, आता कमी-जास्त बोलशील, तर! ऊठ-ऊठ, हो चालती!”

सखाराम अंगावर धावून आला, तेव्हा म्हातारी घाबरली आणि रडत-ओरडत घरी आली. मुंबईला कामावर असलेल्या पोराला तिनं कागद टाकला :

‘सखाराम कुलकर्ण्यानं माझी धिंड काढली. माझ्यावर बूट उगारला, तू ये आणि त्याच्याकडं एकवार बघ. आईचा सूड घे!’

– आणि ती लेकाच्या येण्याची वाट बघत राहिली.

पाडवा जवळ आला होता, तोपर्यंत सवडही नव्हती. तेव्हा कागदाला उत्तर न देता बयेचा लेक तुळशीराम थांबला आणि पाडव्याच्या टिपणावर गावात येऊन हजर झाला!

म्हातारीनं झालेली हकिगत त्याला रात्रभर रडरडून सांगितली, तेव्हा तो सूडानं पेटला आणि आईला म्हणाला, “आई, तू रडू नगंस. मी कुरकळण्याकडे बघतो!”

बया म्हणाली, “बघ, चांगलं बघ, माझ्या लेकरा. पण पयला खंडू बामणाकडं जा. त्याच्या इचाराशिवाय काही करू नकोस!”

सकाळच्या प्रहरी तुळशीराम जरीचा फेटा बांधून खंडू कुलकर्ण्याच्या घरी गेला.

हा सखारामचा भाऊबंद गावात चौफेर टग्या होता. अधिकारी लोकांना हुरड्या-गुऱ्हाळाला नेऊन तो खूश करी. त्यामुळं त्याचं कोर्ट-कचेऱ्यांत वजन होतं. गावातले लोक त्याला टरकून असत. कसल्याही बाबतीत त्याचा विचार घेत.

तुळशीराम गेला, तेव्हा तो नुकताच जागा झाला होता. अंथरुणावर बसून विडी ओढीत होता.

“रामराम, कुरकळणी.”

“रामराम. कधी आलास तुळशीराम?”

“आलो कालच!”

“का? पाडव्याला?”

तुळशीराम थोडासा घुटमळला आणि म्हणाला, “तुम्हाला ठावं असंलच... तुमच्या सखारामनं आमच्या म्हातारीबरोबर कलागत केली!”

“होय? मला नाही ठाऊक! काय, म्हातारीला शिव्याबिव्या दिल्या काय?”

“तर वं! बुटानं हाणीन म्हणाला. असं बोलावं का त्यांनी? तुमीच काय तो न्याय करा!”

"हे बघ तुळशीराम, आमची भाऊबंदकी पडली. मी जर यात पडलो; तर त्याला वाटणार मुद्दाम मीच डाव टाकला. तेव्हा गड्या, मला यात गुंतवू नकोस!"

"मग?"

"तुला कळेल, तसं कर!"

"तुमची ना नाही?"

"नाही. त्याला जरी तू जोड्यानं हाणलास, तरी मी तुला बोलणार नाही!"

ती बातचीत झाल्यावर तुळशीराम जो तावानं उठला, तो घरी निघाला; आणि वाटेतच त्याला सखाराम भेटला, तसा तुळशीराम पुढं झाला आणि त्याचं मानगूट पकडून म्हणाला, "आमच्या म्हातारीला बुटानं मारतोस, नाही का – आं? हा घे बूट. मुंबईचा आहे!"

– आणि पायातला बूट उपसून त्यानं सखाराम कुलकर्ण्याला पडस्तोर ठोकला.

सखारामनं तो मार मुकाट सोसला.

हा प्रसंग घडला, तेव्हा आजूबाजूला कुणी चिटपाखरू नव्हतं. केवळ नाथा महार रानातून येत होता. त्यानं ही कलागत बघितली आणि धावत येऊन सखारामशी झट्या घेत असलेल्या तुळशीरामला एकीकडे ओढून म्हटलं, "हे काय, हे काय, पाटील? कशापायी असं?"

दमगीर झालेला तुळशीराम नाकातून वाफ सोडून बोलला, "साला, म्हातारीला बुटानं मारतोय! अरं, काय तुझी हिंमत असंल, तर माझ्यावर उगार तुझा बूट!"

कपडे ठाकठीक करून आणि पडलेला रुमाल उचलून सखाराम घरी गेला. गपचीप गेला.

दोन-चार दिवसांनी तालुक्याहून तुळशीराम अन् नाथा महार यांना बोलावणं आलं आणि सर्वांना कळून चुकलं की, सखारामनं फौजदारी केली.

दोघेही जाऊन फौजदारापुढं उभे राहिले.

फौजदार जातीनं कैकाडी होता. अंगानं रेड्यासारखा होता. त्यानं नाथ्याला विचारलं, "काय रं? तू मारामारी बघितलीस का?"

"होय, म्हाराज!"

"कुणी कुणाला मारलं?"

या प्रश्नावर महार लटपटला. कारण त्या दोघांचीही मर्जी सांभाळणं भाग होतं – सखारामची आणि तुळशीरामचीही.

"म्हाराज, मी लांब हुतो. दोघंही एकमेकांच्या अंगाला भिडत होती. मग

कुणी कुणाला मारलं, हे परमेसराला अन् त्येंचं त्येंना ठाव!''

''खोटं सांगतोस? साल्या, नीट बोल!''

पण महार नीट बोलेना, तेव्हा फौजदारानं त्याच्या कानाखाली काडकन आवाज काढला. तेव्हा तो कळवळून बोलला, ''आमा गरिबाला का तोशीस ही, सायेब? खोटं सांगून आमाला काय फायदा? ह्या तुळशीरामांनी कुरकळण्यांस्नी बुटानं हाणलं!''

मग फौजदारानं महाराला सोडलं आणि तुळशीरामला पेचात धरला. तेव्हा ते पोरगं घाबरलं आणि खंडू कुलकर्ण्याकडे येऊन त्यानं त्याचे पाय धरले.

''मी मरतोय ह्यात – तुमी वाचवा!''

''लेका, मी काय करू? आता भोग शिक्षा वरीसभर आणि ये सुटून!''

''नगा, नगा. माझी नोकरी जाईल, माझी म्हातारी मरंल!''

तुळशीरामनं फार विनवण्या केल्या, तेव्हा खंडू म्हणाला, ''बरं, मग असं कर, फौजदाराला द्यायला पाचशे रुपये दे माझ्यापाशी. ते घेऊन ऐकला, तर बघतो तो....''

मग तुळशीरामनं बायकोच्या अंगावरचं किडूकमिडूक विकलं आणि पैशांची भरती केली. ते पैसे खिशात घालून खंडू तालुक्याला गेला आणि फौजदाराला म्हणाला, ''आपला माणूस आहे तो, भाऊसाहेब. समज देऊन द्या सोडून.''

– आणि पाचश्यांतले दोनशे त्याच्या हातावर ठेवले.

''अरे, मग अगोदर कळवायचं नाही मला? ठीक, ठीक. मी करतो व्यवस्था!''

भाऊसाहेब काकडीला राजी झाले आणि समज देऊन त्यांनी हे प्रकरण मिटवून टाकलं.

आता सखाराम हातात गुप्ती घेऊन गावात फिरतो. म्हणतो, ''तुळशा सुटत नव्हता; पण आमच्या लोकांत एकजूट नाही. 'कुऱ्हाडीचा दांडा गोताला काळ झालाय', पण माझ्या हातात हत्यार आहे. तुळशाला पाठीशी घेणाऱ्याला ठाऊक नाही हे अजून!''

हे समजल्यावर खंडू मिशीवर हात फिरवीत म्हणतो, ''हात अवघडेल, म्हणावं – माणूस ठेव हत्यार वागवायला!''

■

'मौज' साप्ताहिक

संध्याकाळच्या सुमारास रानामाळातून दमून-भागून आलेली मंडळी देवदर्शनासाठी गावच्या मध्यभागी असलेल्या मारुतीच्या देवळात गेली, तेव्हा त्यांना कुणी एक परका माणूस भुईवर झोपलेला आढळला. त्याच्या अंगावर कपड्यांच्या चिंध्या होत्या. पाय धुळीनं माखलेले होते. दोन्ही कोपरांमध्ये डोकं दाबून तो शांत झोपला होता. अंगावरच्या कपड्यांखेरीज त्याच्यापाशी काहीही नव्हतं. पायात पायताणं नव्हती की, जवळ एखादं घोंगडं नव्हतं.

जमलेल्या मंडळींतील एक जणानं त्याला पाहिलं आणि म्हटलं, ''कोन निजलंया ते?''

त्याची झोप इतकी गडद होती की, दोन-तीन वेळा हाका मारल्या, खांद्याला धरून हलवलं; तरी तो जागा झाला नाही. तेव्हा उठवणाऱ्याला म्हातारा सोनार म्हणाला, ''अरं, का झोपमोड करताय त्याची, आं?''

उठवणारा म्हणाला, ''माणूस परगावचा दिसतोय, बाबा. चौकशी करायला पायजे.''

''जागा झाला, म्हंजे करा. तुम्हाला कोण नगं म्हणतंया का?''

''दर्शनासाठी बायामाणसं येतील बामणांची अन् हा असा निजलाय अंधारात. तुम्ही असं कसं म्हनता? चौकशी केली पायजे, उठवला पायजे.''

''अरं, पर झोपलेल्याला उठवून ने. कुणी तरी माणूस ठेवा इथं आन् जागा झाल्यावर करा वासपूस!''

पण तरण्या मंडळींना म्हाताऱ्या सोनाराचं सांगणं पटलं नाही.

गावात अलीकडे चोऱ्यामाऱ्या फार होत होत्या. नवखा माणूस पारखून घेणं भाग होतं; नाही तर फुकट दगाफटका व्हायचा.

सोनाराला उडवून लावून पोरांनी त्या पाव्हण्याला गदागदा हलवला. मोठमोठ्यानं हळ्या मारल्या.

''हय पावणंऽऽ ओ... जागं व्हा, जागं व्हा.''

बराच गोंधळ झाला, तेव्हा पाव्हणा जागा झाला आणि उठून बसला. आजूबाजूला जमलेल्या पोरांकडे एका डोळ्यानं

गुप्त धन

बघू लागला.

पोरं म्हणाली, "काय राव, झोप हाय, का स्वांग? चार घंटं झालं, आम्ही हळ्या मारून-मारून दमलो, तरी तुम्ही आपलं गपच मेल्यावाणी!"

यावर पाव्हणा काहीच बोलला नाही. उशाचा पटका घेऊन नाका-गळ्याला आलेला घाम पुसू लागला. दुखणेकऱ्यासारखा कण्हू लागला.

पोरांनी विचारलं, "कोण गाव?"

पाव्हण्यानं सावकाशीनं उत्तर दिलं. त्याचा आवाज मेंढरासारखा होता.

"लांबचा आहे मी."

"तरी पर नाव असंलच की गावाला?"

"लांब तिकडं मैसुराकडं गाव आहे – सुमाशी!"

पोरांना भूगोल फारसा ठाऊक नव्हता. गावाची विशेष चिकित्सा झाली नाही.

"कुणीकडे निघालाय?"

"चाललोय आपला असाच, पोटाच्या मागं."

"का बरं? दुकाळ हाय का तकडं?"

"हां. पोटानं मरायला लागलो, तर काय करायचं आपल्या मुलखात राहून?"

"नाव काय?"

"उसेन."

"जात?"

"आपली हीच की – मऱ्हाट्याची."

"आं? मग नाव हे असं कसं बरं? आमच्याकडं वैदू, म्हार लोकांत असतं, हे नाव!"

पाव्हणा म्हणाला, "आमच्या मुलकात मऱ्हाट्यांतबी असतं!"

अशी बोलाचाली झाली आणि पाव्हणा पुन्हा मुरगळून झोपला. पोरं म्हणाली, "दमलंया वाटचालीनं, पोटालाबी मिळालं नसंल; पडू द्या निवांत. सकाळच्या पारी जाईल आपल्या वाटंनं निघून!"

पण सकाळी पाव्हणा निघून गेला नाही. देवळातच खुडूक कोंबडीसारखा बसून राहिला. संध्याकाळी देवळात उजेड नसल्यामुळं त्याचा चेहरा नीट दिसला नव्हता; तो आता दिसत होता. त्याची डोकी फार वाढली होती, दाढीही. चेहरा निबर होता. कपाळ व नाक यांच्या मानानं तोंड, हनुवटी लहान होती. हनुवटी तर फार आत गेली होती. शिवाय एक डोळा पिचका होता आणि दातही थोडेसे पुढं होते.

उन्हं वर आल्यावर तो उठला आणि गावात भाकरी मागत हिंडू लागला. कुणी कोर-नितकोर दिली, ती घेऊन ओढ्याकाठी गेला. भाकरी खाऊन वर गटागटा पाणी प्यायला आणि पुन्हा जाऊन देवळात पडला.

चार दिवस त्याचा हा क्रम चालू राहिला, तेव्हा गावचा पाटील म्हणाला, ‘‘अरं, हातापायानं धड असून भाकरी मागून का खातोस? काय कामधंदा कर!’’

‘‘मालक, शेतकीतल्या कामधंद्याची मला माहिती नाही. दुसरं काय काम तुम्ही द्याल, तर करीन!’’

शेतकीच्या कामाशिवाय खेड्यात काम कुठून मिळणार? पाटलानं आणि गावच्या चार मंडळींनी विचार केला. गावात एकुलता एक गुरव होता, तो गाव सोडून आपल्या सासुरवाडीला जाऊन राहिला होता. मारुतीच्या दिव्याची आणि पाण्याची व्यवस्था नीट होत नव्हती. तेव्हा पाटलानं पाव्हण्याला विचारलं, ‘‘देवाचं देऊळ सारवशील का? वेळेवर दिवा-पाणी करशील का?’’

‘‘करीन, मालक!’’

‘‘मग कर आन् गावात पीठ मागून खा!’’

पाव्हणा गुरवकी करू लागला. सकाळच्या प्रहरी तो लवकर उठे. गावकऱ्यांनी दिलेला धोतर-तांब्या घेऊन ओढ्यावर जाई. स्वच्छ अंघोळ करून देवाला पाणी घाली. हातात टोपलं घेऊन पीठ मागे. त्याची पीठ मागण्याची तऱ्हाही वेगळी. न बोलता-सवरता तो आपला घरासमोर उभा राही. जेव्हा कोणी बघे; तेव्हा कळे की, हा पीठ मागायला आला आहे. मग मूठभर पीठ त्याच्या टोपल्यात पडे. वाढणारी म्हणे, ‘‘अरं, गप उभा का ऱ्हातोस? हाळी देत जा. आमी वळखावं कसं, तू आलास हे?’’

पण त्यानं आपला ठेका सोडला नाही. न बोलता तो पीठ गोळा करी. दोन्ही वेळेच्या जेवणापुरतं झालं की, जास्ती घरं मागत नसे.

देवळाच्या पाठभिंतीला आडोसा करून तिथं त्यानं आपलं बिऱ्हाड केलं होतं. तीन दगडांच्या चुलीवर चार भाकरी भाजून तो खाई. कालवण आहे-नाही, याची फिकीर करत नसे. दर शुक्रवारी देऊळ सारवून लख्ख करीत असे. संध्याकाळी गाभाऱ्यात दिवा लागायचा कधी चुकून राहत नसे. आपलं काम बजावल्यावर गावात गटाळण्या घालीत तो कधीही हिंडत नसे. फारसा कधी कुणाशी बोलतही नसे.

महिना-पंधरा दिवस गेले आणि गावकऱ्यांना नव्या गुरवाविषयी आदर वाटू

लागला. दाढी वाढवलेला आणि कुणाशी फारसं न बोलणारा हा माणूस खरोखरीच कुणी तरी देवमाणूस असावा, अशी बोलवा उठली. लोक त्याला 'बुवा' म्हणून हाक मारू लागले.

म्हातारा पाटील एकदा एकटाच घरी असता बुवा पीठ मागायला गेला आणि टोपलीत पीठ पडलं, तरी इकडे-तिकडे रखारखा बघत राहिला.

पाटलाला काही कळेचना.

बराच वेळ असा उभा राहिल्यावर पाटलाला बुवा म्हणाला, ''मला एकांती भेट.''

– आणि काय, कशासाठी, हे न सांगता निघून गेला.

पाटील मोठा बुचकळ्यात पडला.

एकांती भेटण्यासारखं काय काम आहे? या विलक्षण माणसाला असं काय गुपित आपल्याला सांगायचंय? आणि ते रात्रीच का? एकांती का? तसं म्हटलं, तर आताही मी इथं एकटाच होतो. मग तो इथंच का बोलला नाही? आपला हा जुनापुराणा वाडा त्यानं असा रखारखा न्याहाळून का बघितला आणि कान का टवकारले? ही काय भानगड आहे? यात काही फसवाफसवी, डावसाव तर नाही?

पाटील हबकला. पण जिज्ञासाही दाबता येईना. होय-नाही करता-करता, मध्यान्‌रात्रीचा उठून तो बुवाकडे गेला.

भल्या मोठ्या लाकडाचा ओंडका पेटवून बुवा शेकत बसला होता. त्यानं नुसती लंगोटी लावली होती आणि अंगावर गोधडी पांघरली होती. पाटील गेला आणि बसला, तरी तो काही बोलला नाही. वर डोळा करून त्यानं त्याच्याकडे बघितलंही नाही. कसल्या तरी चिंतनात असल्यासारखा उगाच बसून राहिला होता.

बाहेर गडद काळोख होता. थंडी अंगाचे चावे घेत होती. गाव गपगार होतं.

बराच वेळ बसला, तरी बुवा बोलला नाही. तेव्हा जागच्या जागी चुळबूळ करीत पाटील हलक्या आवाजात म्हणाला, ''मला का बोलावलं होतं, बुवा?''

बुवा भानावर आला. डोळ्यांची चमत्कारिक उघडझाप करीत त्यानं आपली दाढी गोंजारली आणि तो कुजबुजला, ''तुला इकडं येताना कुणी बघितलं का?''

''न्हाई!''

''मी बोलावलं आहे, हे घरी बोललास का? बायकोपाशी, पोरापाशी?''

"न्हाई!"

"ठीक. तुला एक गोष्ट सांगतो, ती खरी म्हणशील का?"

"म्हणीन!"

"मारुतीरायाला साक्षी ठेवून सांगतो, ते नीट ध्यानात घे."

"हो!"

पाटील बसल्या-बसल्याच पुढं सरकला आणि कान देऊन ऐकू लागला.

अगदी हलक्या आवाजात बुवा म्हणाला, "तुझ्या वाड्यात अपरंपार धन आहे. सोन्याच्या मोहरांनी भरलेलं हंडं आहेत, रांजण आहेत. तुझ्या परसदारी त्या पेरूच्या झाडापासून विहिरीपर्यंत एक मोठा चर खणला आहे. तो दगड-चुन्यानं बांधून घेतला आहे. त्याच्यावर आडव्या पहारी टाकलेल्या आहेत आणि त्यानं साखळदंड बांधून हे रांजण अधांतरी सोडले आहेत."

पाटलाच्या छातीत कळ आली. त्याचं काळीज बेडकासारखं उड्या मारू लागलं. तसल्या थंडीतही त्याच्या कपाळाला घाम आला. त्याला बुवाच्या सांगण्यावर काही बोलणं सुधरेना. वरेचवर मागं-पुढं बघत तो गपच राहिला.

अंगावरची गोधडी सावरून बुवानं मांड मोडली आणि पुन्हा तो नागासारखा डुलत बोलू लागला, "जेव्हा-जेव्हा मी पीठ मागायला तुझ्या घरी येतो, तेव्हा-तेव्हा मला आवाज ऐकू येतो. पिंगळा बोलतो, तसं ते बोलतं. मला विचारतं, 'मी येऊ का, मी येऊ का?'...."

"असं?"

"हां. त्याशिवाय मी तुझ्यापाशी बोललो नसतो आणि हे ध्यानात घे – ते धन तुला लाभण्यासारखं आहे."

पाटलाला वेड्यासारखं झालं. त्याचा बुवाच्या सांगण्यावर विश्वासच बसेना. म्हणजे बुवा खोटं बोलतो, असं नव्हे; पण ते धन आपल्याला मिळणार, ही गोष्टच त्याला पटेना. आपल्यासारख्या दळभद्र्याला हा साठा कसा लाभणार? एवढं बलवत्तर नशीब आपल्याला कुठून असणार? वाडा जुनापुराणा होता; पूर्वज मोठे तलवारबहाद्दर होते. कधी-कधी भिंती-कोनाड्यातून हत्यारंपात्यारं निघत. वाड्याला खाली भुयारही होतं. वाड्यात अमाप धन असणं, ही गोष्ट मुळीच अशक्य नव्हती. पण ते आपल्याला मिळणार?

एक घुटका गिळून पाटलानं विचारलं, "खरं म्हणता बुवा? ते मला लाभंल? सगळं?...."

"अरे हां, तुला लाभंल. मी तुला ते मिळवून दीन!"

"खरं म्हणता बुवा? तसं जर कराल, तर त्यातला पाव हिस्सा तुमाला दीन. मारुतीची आण. मी लबाडी करणार नाही!"

पाटलाच्या या काकुळतीच्या बोलण्यावर बुवा थोडका हसला. म्हणाला, "देशील, तेव्हा दे. तूर्त तंबाखू तरी काढ."

पाटलानं पिशवी तत्परतेनं काढून बुवाला चिमूट दिली. आपण खाल्ली. काही वेळ दोघेही गप्प झाले.

इतका अपरंपार पैसा मिळाल्यावर? – पाटील फार बडा माणूस झाला. गावात त्यानं राजवाडा बांधला. आरसेमहाल केला. उत्तम प्रतीचे घोडे ठेवले. नोकर-चाकरांची रेलचेल केली. सोन्याच्या ताटात वाढलेली पंचपक्वान्नं तो चवीनं खाऊ लागला, तेव्हा रूपवान दासी त्याला वारा घालू लागल्या. मोत्याचा तुरा लावलेलं पागोटं घालून, हातांतली सोन्याची कडी वाजवीत तो घोड्यावरून निघाला; तेव्हा स्वारी बघण्यासाठी दारादारांतून बायका उभ्या राहिल्या. त्यातली एक रूपवान बाई त्याला आवडली, तेव्हा शिपाई पाठवून त्यानं तिला वाड्यात आणली आणि आपली पट्टराणी केली.

तोंडातला गुळणा थुंकून, मिशा साफ करीत बुवा म्हणाला, "पण त्याअगोदर तुला त्या धनाला खाजं द्यावं लागंल!"

पाटील नंदीबैलासारखी मान हलवीत म्हणाला, "तर, तर! त्याबगार ते कुठलं मिळायला? आता काय, काय करावं, ते तुमी सांगा; म्हंजे मी करतो!"

बुवानं थोडका विचार केला आणि सांगितलं, "एक आख्खी कोंबडी – नुसती तळलेली! बारा चपात्या, लिंबू आणि दारूचा मोठा शिसा रात्री परसदारी ठेव आणि गपगार झोप. जा, ऊठ. मला आता झोप आली. ऊठ!"

पाटलाला धुडकावून लावून बुवा मुरगाळून पडला. गोधडीत शिरला.

फटाफटा जोडा वाजवीत, अंधारातूनच पाटीलही वाड्यात आला आणि गपचीप झोपी गेला. उद्या रात्रीच्या 'खाज्या'ची व्यवस्था करण्याचं त्यानं निश्चित केलं.

सकाळी उठून पाटलानं तालुक्याला माणूस धाडला आणि दारूचा शिसा आणला. घरातली कोंबडी सोलली आणि पाटलिणीकडून तळून घेतली. बारा चपात्या करून घेतल्या. त्याला चमचमीत तूप लावलं. पाटलीण म्हणाली, "हे कशापायी? कुणी अम्मलदार येणार हाय का?"

तेव्हा पाटील तिच्यावर ओरडला – "तू गप. कर, म्हणल्यावर करावं. आगाऊ अक्कल दाखवू नये."

बिचारी पाटलीण गप्प राहिली. सगळा मालमसाला करून तिनं रात्री जय्यत तयारी ठेवली.

रात्री चांगला काळोख पडल्यावर बायकोला, पोराला झोप लागल्याची खात्री करून घेऊन पाटील उठला आणि खाजं परसदारी ठेवून गपचीप झोपला.

दुसऱ्या दिवशी सगळं साहित्य नाहीसं झालं होतं. कोंबडीची हाडं किंवा मोकळी बाटलीदेखील राहिली नव्हती!

पाटील मनी संतुष्ट झाला. म्हणाला, 'ठीक. धनानं खाजं घेतलं!'

रात्री बुवाकडे येऊन त्यानं ही सगळी कथा त्याला सांगितली, तेव्हा बुवा म्हणाला, "तुला धन मिळणार, यात संशय नाही!"

अधीरतेनं पाटलानं विचारलं, "मग कुठं आन् कधी उकरू?"

"थोडका थांब. असा उतावळा होऊ नकोस. एवढ्यानं भागलं नाही. अवसेला अजून चार दिवस अवकाश आहे. तोपर्यंत खाजं तिथं ठेव आणि आणखी काही गोष्टी मला करायच्या आहेत, त्यासाठी पन्नासभर रुपये मला दे!"

पाटील मुळीच कुरकुरला नाही. घरातले पन्नास रुपये आणून त्यानं बुवाच्या हातावर ठेवले आणि अवसेपर्यंत 'खाजं' ठेवण्याचा नियम तो पाळू लागला.

अवसेच्या रात्री फावडं-कुदळ घेऊन पाटील बुवाकडे गेला आणि म्हणाला, "चला. का मी एकटाच उकरू?"

"ते का? मी येतो की बरोबर. हे बघ, बरोबर पेरूच्या झाडाखाली खोद. बराच खाली गेलास, म्हणजे तुला एक भला मोठा नाग दिसंल!"

"नाग?"

"हां, नाग! पिवळाधमक... आणि त्याच्या अंगाचा घमघमाट सुटंल."

"पर मग... त्यो हात कसा लावू देईल पैक्याला?"

"त्येची काळजी करू नकोस. मी बंदोबस्त केलाय. चल."

अवसेच्या अंधारातून बुवा आणि पाटील वाड्याच्या परसदारी गेले. पेरूच्या झाडाखाली येताच फावडं-कुदळ खाली ठेवून पाटलानं काकडा पेटवला आणि मातीत पुरून ठेवला. धनाची जागा दाखवून बुवा म्हणाला, "हाण कुदळ."

धोतर खोचून पाटलानं कुदळ हाणली. काकड्याच्या प्रकाशानं आणि कुदळीच्या आवाजानं पेरूवर बसलेली पाखरं अर्धवट जागी झाली आणि ओरडून फडफडली.

पाटील सणसण कुदळ मारीत होता आणि बुवा फावड्यानं माती ओढीत होता. न बोलता-सवरता त्यांचं काम चाललं होतं.

परसातल्या गवतातले किडे काकड्यावर झेपावत होते. ते जळत, तेव्हा

तटतट आवाज होई आणि जळका वास पाटल्याच्या नाकपुडीत शिरे. कपाळावर आलेला घाम वरचेवर पुसून तो कुदळ मारीत होता; बुवा माती ओढत होता.

आता खड्डा चांगला कमरेइतका झाला होता. आत उतरलेला पाटील घाव घालण्यासाठी वाकला, म्हणजे वरून दिसत नव्हता. ओलसर आणि कुबट वासाची माती, खडे यांचा ढीग पडला होता; त्यात बुवा गुडघ्याइतका रुतला होता. एखादे वेळी कुदळ दगडावर जाई आणि खाण्कन आवाज येई. तेव्हा बुवा इशारा देई, ''सबूर, सबूर! घाई का?''

ओल्या मातीतून दानवी, गोमी बाहेर पडत आणि पाटलाच्या उघड्या नडग्यांवर चढत, तेव्हा तो जोरानं तंगडं झाडी.

असा प्रकार बराच वेळ चालल्यावर बुवा एकाएकी म्हणाला, ''शाब्बास! वर ये, वर ये.''

कुदळ थांबवून आणि खड्ड्यातून मान वर करून पाटील बघू लागला, तेव्हा बुवानं भला मोठा नाग शेपटाला धरून त्याच्या नाकासमोर आणला. पाटील भ्याला आणि भुकऽ करून मागं सरला, तेव्हा बुवा म्हणाला, ''भिऊ नकोस, मेलेला आहे. माझ्या मंत्रानं मी याला आतल्या आत मारला होता. उकरण्याच्या नादात तो तुझ्या कुदळीला अडकून वर आला आणि माझ्या फावड्याला लागला. बघितलास या धनाचा मालक, राखणदार?''

आकारानं पिंढरीसारखा असलेला तो प्रचंड नाग बुवानं डोक्याच्या वर हात करून लोंबकळत खाली सोडला होता, तर त्याचं डोकं जमिनीवर वीतभर लोळत होतं.

''बघ! मी सांगितलं, त्याची प्रचीती आली का?''

पाटलानं होकारार्थी मान हलवली.

''मग, खोद. खाली धन आहेच बघ!''

पाटील खोदू लागला. पण तोपर्यंत भली पहाट झाली. माणसांचा सावट येऊ लागला, तेव्हा बुवा म्हणाला, ''आता पुरे कर. उद्या रात्री खोद. माझं काम संपलं. मी आता पुन्हा येणार नाही. तुझं तू काढ.''

– आणि तो निघून गेला.

दुसऱ्या दिवशी रात्री काकडा पेटवून पाटील एकटाच खोदू लागला; पण त्याला फार खोदावं लागलं नाही. आडव्या टाकलेल्या पहारीला साखळीनं बांधलेला रांजण त्याला लागला. काकडा जवळ करून पाटलानं झाकण उघडलं आणि आत पाहिलं.

सगळा रांजण चिंध्यांनी भरला होता – जुन्या-पान्या, कुबट आणि मळक्या

चिंध्यांनी!

बुवा नाहीसा होऊन चार-आठ रोज झाले होते. संध्याकाळच्या वेळी मंडळी देवळात बसली होती.

मुरा कुंभार म्हणाला, ''बुवा मोठा चमत्कारिक माणूस होता. आला काय, गेला काय! कुणाला पुसलं नाही, विचारलं नाही. केव्हा आणि कुठं गेला, राम जाणे!''

म्हातारा सोनार म्हणाला, ''पण तो काही साधासुधा माणूस नव्हता. ज्ञानी योगी असला पाहिजे!''

भगा शिंपी म्हणाला, ''असंल, बाबा. जायच्या अगूदर आठ-चार रोज माझ्याकडं आला आन् भल्यामोठ्या बोचक्यात जुन्या फाटक्या चिंध्या घेऊन गेला!''

तळाखड्याला टेकून बसलेला पाटील एकाएकी दचकला.

''खरं म्हणतोस का भगा? चिंध्या तुझ्याकडनं घेतल्या?''

''हां तर! खोटं कशापायी सांगू?''

मुरा कुंभारालाही एकाएकी आठवण झाली – ''हां, माझ्याजवळनंसुद्धा एक जुना रांजण घेऊन गेला एकदा. मोठा चमत्कारिक माणूस! मी विचारलं, 'हे कशाला, बुवा?' तर काही बोलला नाही!''

पलीकडे बसलेला रामा माळी सावरून पुढं आला आणि त्यानं आपला अनुभव सांगितला – ''आमच्या मळ्यात आमी नाग मारला एक भलामोठा, तर तोसुद्धा बुवानं मागून नेला. काय केलं त्याचं, कुनाला ठावं! औषधपान्यासाठी नेला म्हणावं, काय बरं?''

पाटील हे सगळं ऐकून काळाठिक्कर पडला. बुवा गेला, तरी तो अजून रात्री-अपरात्री उठून परस उकरीत होता. धन जागा बदलतं, म्हणून ठिकठिकाणी खड्डे घेत होता. घाबऱ्या आवाजात त्यानं रामाला विचारलं, ''किती दिस झालं या गोष्टीला, रामा?''

रामा म्हणाला, ''आठ-बारा रोज असत्याल!''

■

'मौज' साप्ताहिक

कुलकर्ण्याची 'पाळी' यायच्या अगोदर नाना बामण फार गरीब माणूस होता. इतका गरीब की, त्याच्या बायकोच्या अंगावर धड सुडकं नसे. पोरंबाळं कुत्र्याच्या पिलांसारखी गावभर हिंडत. घरी दोन-दोन दिवस चूल पेटत नसे. मग ती माऊली चोरून-मारून घरं हिंडे. आत्याबाई, सासूबाई म्हणून कुरवाड्याच्या बायकांपाशी आपली अडचण सांगे. तेव्हा त्यांना कणव येई. आडोशाला बसवून त्या पोरांना जेवू घालत. कारण इतर भाऊबंदांना हे कळलं, तर ते नावं ठेवतील; नानाच्या बायकोनं पोरं आपल्या हातानं बाटवली म्हणतील, म्हणून. असा एकंदर त्याचा संसार होता. अठरा विश्वं दारिद्र्य असलेला. लाचारीचा... नाचार.

नाना हा खरा बेरकी माणूस. हुशार डोक्याचा. कुलकर्ण्याचं पिल्लू शोभणारा. पण या परिस्थितीच्या त्रासानं, शनीच्या फेऱ्यानं तोदेखील कुचंबला होता. आपल्या परीनं तो खूप लटपटी करत होता, पण त्याला यश येत नव्हतं. त्याची हुशारी कामी येत नव्हती. त्याला शनिदेवानं पेचात धरला होता. जमिनी नीट पिकत नव्हत्या. गावात कुणी पै-पैका उसना देत नव्हतं. नाना वाघासारखा असून कुत्र्यासारखा जगत होता – खरोखर कुत्र्यासारखा.

पण अशी सात-आठ वर्षं गेली आणि आणेवारीप्रमाणं त्याच्याकडे कुलकर्णीपणाची पाळी आली – पाच वर्षांची पाळी! आणि त्या बहाद्दरानं एकदम पलट खाल्ली. बोकांडी बसलेल्या गरिबीला झिंजाडून टाकली. गावात दबदबा ठेवला. कुणी शब्दाच्या बाहेर जाता कामा नये, असा बंदोबस्त केला. पाटलाला आपल्या हातातलं बाहुलं केलं आणि लक्ष्मीचा पदर ओढून तिला घरात आणली. गाजरासारखा लाल, बोक्यासारखा गुबगुबीत नाना, परसदारी जानवं घोळीत उभा राहिला म्हणजे जाणाऱ्या-येणाऱ्याला त्याच्या कडोसरीला रुपयांची वीतभर लांब चवड लागलेली दिसू लागली.

पाच वर्षांच्या कारकिर्दीत नानानं कडेकपाट, चौसोपी वाडा बांधला. दोन मळे उभे केले. सात-आठ गुरंढोरं केली. पोराबाळांची लग्नं केली, मुंजी केल्या. दहा-वीस

भुताचा पदर

तोळे सोनं केलं. हां-हां म्हणता, बघता-बघता दिडकीला महाग असलेला नाना चांगला गबरगंड झाला.

नानानं अशी माया केली, तेव्हा साहजिकच ती लोकांच्या डोळ्यांवर आली. वर्षाला पाऊणशे रुपये सरकारी पगार धरला, खरेदीपत्राचे पन्नासभर रुपये धरले आणि इकडे-तिकडे चिरीमिरी मिळाली, तरी निव्वळ यावर नानानं एवढी माया कशी केली? यातलं खरं मर्म काय आहे? आणि मग सारं गाव बोलू लागलं की, नानानं लाचलुचपत बक्कळ खाल्ली. वसुलीची रक्कम हुशारीनं गिळली. सारा अनीतीचा पैसा केला! हा गवगवा इतका झाला की, त्याचे पडसाद सरकार-दरबारी गेले आणि नानाच्या बैठकीला धोका उत्पन्न होण्याची लक्षणं दिसू लागली.

चारचौघांच्या बैठकीत एकवार हा विषय झाला. त्यात नाना होता. आबानाना होते. गणा चलपते होता. बंडा कुलकर्णी होता. रात्री नऊ-दहाच्या सुमारास मारुतीच्या कट्ट्यावर ही बैठक बसली होती. लाच खाण्याचा विषय निघाला, तेव्हा हातातली विडी जमिनीवर चुरमाडीत नाना म्हणाला, "हा माझ्यावर फुकट आळ आहे. मी लाच खाल्ली; पण जे मिळवलं, ते सगळंच लाचेचं नाही!"

यावर बंडा बोलला, "गड्या, या बोलण्यात चव नाही! तुझ्यासारखी कुलकर्णीपणाची पाळी आम्हालाही आली; पण दहा तोळे सोनंच काय, पण लोखंडसुद्धा नाही सापडायचं आमच्या घरात तुला!"

हनुवटीला झोले देत आबानाना म्हणाले, "गावात बोललं जातं, ते खोटं कसं, नाना? लाच जर खाल्ली नाहीस, तर इतकी माया तू कशी केलीस? तुला कुठं घबाड सापडलं? का एखाद्या बेवारशी बाईची इस्टेट मिळाली?"

"आबा, तुम्ही खरं म्हणा, खोटं म्हणा; पण मी रक्कम मिळवली, ती लाचेवर नव्हे. ती भानगड निराळी आहे. तुम्ही ऐकत असाल, तर सांगतो."

"सांग की. आम्ही ऐकून घेऊ पटलं तर, नाहीतर सोडून देऊ!"

"तुम्ही म्हणाल की, मी ही गोष्ट बनवून सांगतोय; पण मारुतीच्या समोर बसून सांगतो की, माझी भानगड निराळी आहे; तुम्हाला न पटणारी आहे!"

"अगोदर सांग तर खरं. पटणं, न पटणं मागून बघू!"

मग नाना जाम मांड ठोकून सांगण्याच्या पवित्र्यात बसला.

आबानानांनी डोईचा पटका कमरेमागं ठेवून खांबाचा आधार घेतला. बंडा कुलकर्णी खालीच लवंडला आणि गणानं नवी सिगारेट पेटवली.

गावात सामसूम झाली होती. बाहेर झकास चांदणं पडलं होतं. वारा शांत

होता. इतका वेळ देवळाच्या गाभाऱ्यातून फडफडणाऱ्या, चिरकणाऱ्या पाकोळ्याही शांत होत्या. सगळं वातावरण तटस्थ होतं.

पायाचा तळवा चोळीत-चोळीत नाना बोलू लागला. त्याचं बोलणं गाण्यासारखं होतं – पातळ, मऊ आणि ठेका असलेलं.

....दोन-तीन वर्षांपूर्वी, म्हणजे एकोणीसशे सत्तेचाळीस कथा. त्याच साली पाळी माझ्याकडं आली, तेव्हा जीव थोडका भांड्यात पडला. म्हटलं, आता थोडी घडी बसेल. निदान पोरंबाळं दोन वेळा पोटभर जेवतील तरी. बायकोच्या अंगावर नीट लुगडं तरी घालता येईल. हालअपेष्टा फार काढल्या; आता थोडे बरे दिवस येतील. बायकोही आनंदली. पौषी पौर्णिमा जवळ आली होती. खरसुंडीची जत्रा भरायला सुरुवात झाली होती. बायको म्हणाली, "जत्रेला जा. नाथाच्या पायांवर डोकं ठेवा. रुपयाभराची भांग घाला." मी होकार दिला. म्हटलं, तिची श्रद्धा कशाला दुखवा? नाथाला जाऊन येऊ. सकाळच्या प्रहरी बायकोनं भाकरी बांधल्या. मी जाऊन आपल्या बाबा कुंभाराचं घोडं घेऊन आलो. त्यानं ताकीद दिली, "तुमी मागताय, म्हणून जनावर देतो, कुलकर्णी; पर उद्या सकाळी इथं आणून मला द्या. का? तर मला सकाळी बाजाराला जायचं हाय. माझी गरिबाची पाच-दहा रुपयांची कमाई बुडंल." मी त्याला होकार दिला आणि घोड्यावर खोगीर घालून घरी आलो. कोट-टोपी घातली. कडोसरीला दोन रुपये लावले आणि रस्ता सुधारला.

वाटेवर चिक्कार जत्रा चालली होती. गुरंढोरं घेऊन खरसुंडीकडे जत्रेकरी अजूनही जात होते. त्यांचे पाय धुळीनं भरले होते. शरीरं शिणली होती. तरी डोक्यावर कडबा आणि पाठीशी चार दिवस पुरतील इतक्या भाकरी बांधून जनावरांना छपाट्या मारीत ते चालले होते. गेले चार-पाच दिवस रस्त्यावरून हजारांनी गुरं गेल्यामुळं धुरळा अतोनात झाला होता. रस्त्याकडेच्या झाडाझुडपांवर त्याचे थर बसले होते. शेणाच्या पोयट्या आणि चिपाडं जागजागी पडली होती.

वरचेवर तोंडावर बसलेला धुरळा पुशीत मी घोडं दामटीत होतो. कुंभाराघरी राहूनही ते जनावर चांगलं चलाख राहिलं होतं. शेपटाची दांडी हलवीत आणि वाटेवर दिसणाऱ्या भाईबंदांकडे बघून खेकाळत झपाट्यानं चालत होतं. दरमजल, दरकोस करीत जेवणवेळेच्या सुमारास मी मुक्कामावर पोहोचलो.

जत्रा चिक्कार भरली होती. जिकडे नजर फेकावी, तिकडे ढोरांचा दर्या दिसत होता. नाना जातींचं जनावर विक्रीसाठी आलं होतं. गाई-बैल, घोडी-गाढवं, शेळ्या-मेंढ्या, रेडे-म्हशी. गिऱ्हाइकांची तोबा गर्दी उसळली होती. हातांत कानाइतक्या उंच काठ्या घेतलेले हेडेलोक मोठमोठ्यानं सौदे करीत होते.

जनावरांचं ओरडणं आणि माणसांची गवगव यांचा एकत्र कालवा होऊन राहिला होता. धुरळा आणि जनावरांचं शेण-मूत यांचा दर्प, माणसांचे उबट श्वास यामुळं ते सगळं वातावरण कुंद झालं होतं.

जत्रेच्या कडेला लागून मिठाईवाल्यांची दुकानं होती. चिरमुऱ्याचे भोत उघडे ठेवून, मांडांवर ठेवलेल्या पेढे-बर्फीच्या ताटांकडे लक्ष देत शेटलोक बसले होते. जत्रा अद्याप ओसरू लागली नव्हती, त्यामुळं त्यांच्या दुकानी गिऱ्हाइकांची असावी तितकी झिम्मड नव्हती. त्यांना लागूनच हॉटेलं होती. रंगीबेरंगी कागदांच्या कातरकामांनी बांबू मढवून हॉटेलवाल्यांनी मोठा थाट केला होता. भट्टीसमोर बसून घामाघूम झालेली पोरं झिंज्या सावरीत भज्याचे घाणे काढीत होती. मुंडाशी-शेमलेवाली मंडळी बाकड्यांवर बसून चहा पीत होती. गल्ल्यावरला बुवा धडाक्यानं फोनो वाजवीत होता. तो ऐकत पोरंठोरं उभी होती....

इतका वेळ लोळत पडलेला बंडा सावरून बसला आणि त्यानं नानाला विचारलं, "मग जत्रंत एखादं नोटांचं पुडकं सापडलं का काय तुला, नाना?"

नानानं नकार दिला, "नाही, नाही – तू ऐकून तर घे. आबानाना, डोळं पेंगायला लागलं काय? गणूबा, पेटवा दुसरी शिगारेट!"

पण मंडळी पेंगायला लागली नव्हतीच. आरामानं देह पसरून, नानाची कथा ध्यान देऊन ऐकत होती. पाठीचा पटका चाचपीत आबानाना म्हणाले, "झोप उडालीया आता. ऐकतोय आमी. तुमी सांगा."

– आणि नाना सांगू लागला....

....या सगळ्या गोंधळातून मी थेट देवळाकडं गेलो. बाहेर असलेल्या ओळखीच्या दुकानदाराकडून नारळ, कापूर, गुलाल घेतला. घोडं तिथंच गुंतवलं आणि गर्दीतून धक्काबुक्की करीत दर्शन घेतलं. नाथबाबाला साष्टांग नमस्कार केला. म्हणालो, "देवा, ही तुमची कृपा आहे. माझ्या गरिबाकडे तुम्ही बघितलंत. मला कुळकर्ण्याचं काम मिळालं. माझी पोरंबाळं आता सुखानं जेवतील. भगवंता, अशीच कृपा सदोदित असू द्या, म्हणजे रग्गड झालं!" भांगेसाठी गुरवापाशी एक रुपया दिला. त्यानं प्रसाद दिला, तो पिऊन बाहेर पडलो. या वेळेपर्यंत भूक लागली होती. दुकानदाराकडून तांब्या घेतला आणि विहिरीचं पाणी आणलं. त्याच्या ओसरीवर बसून भाकरी खाल्ली आणि चैनीनं जत्रा बघू लागलो.

हा बैल बघ, तो बैल बघ, घटकाभर गारुड्याचा खेळ बघ, दुकानापाशी उभा राहा, हॉटेलात चहा पी... असं करता-करता दिवस मावळून गेला. हॉटेलवाल्यांनी बत्त्या पेटवल्या. बेफाम थंडी सुटली. जत्रेत जागजागी चिपाडं पेटवून मंडळी

शेकत बसली. मी सटक्यानं परत फिरलो. दुकानदाराचा निरोप घेऊ लागलो, तेव्हा तो बोलला –

"भले, कुलकर्णी! अहो, जत्रेची गंमत बघा रातच्या रात आणि सकाळी जा! तुमच्यासारख्या रंगेल गड्यानं असं करून कसं चालायचं?"

"तसं नव्हे, पण गेलं पाहिजे. दुसऱ्याचं घोडं आणलंय, ते परत केलं पाहिजे सकाळी. आणि घरी मंडळी वाट बघतील."

"छे-छे, एका रात्रीनं काय खेळंबा होतोय त्या घोडंवाल्याचा? कुठं लढाईवर तर जाणार नाही? अहो, रात्री सिनेमाफिनेमा बघा. वाटलं, तर तमाशाला चला अन् सकाळी लवकर उठून पिटाळा घोडं. मी काय नाही म्हणतोय, काय?"

"नाही, पण...."

"आता पुरे झालं ओढून धरणं! कितीक दिवसांनी गाठ पडलीया, राव. असं कसं?"

नाही... होय करता-करता राहिलो. संध्याकाळी जेवून-खाऊन शिनेमाला गेलो. तंबू चिक्कार भरला होता. पुढची जागा बघून आम्ही घोंगडं अंथरलं आणि मांड ठोकला. खेळ तुकारामाचा होता. तो बघता-बघता माझं डोळं जागजागी ओलं झालं. खरी तर, ती पडद्यावरची चित्रं; पण जणू काय सगळं प्रत्यक्ष घडत आहे, आपण बघतो आहोत, असं वाटलं. अखेर रात्री बाराच्या सुमारास खेळ संपला. माणसाच्या लोंढ्याबरोबर वाहत आम्ही दुकानापाशी आलो. बाहेर बांधलेलं कुंभाराचं घोडं डोळं मिटून उभ्या-उभ्याच झोप घेत होतं. गारठ्यानं काकडलेली बोटं चोळीत मी म्हणालो, "बराय, आता मी निघतो. मला परवानगी द्या!"

"आं? अहो, मध्यान्‌रात्र झाली. आता कुठं जाता? सकाळी लवकर उठून जा."

"नको, नको. कुंभाराला शब्द दिला आहे. तो मोडला, तर पुन्हा आपली पत राहणार नाही. मला जाऊ द्या!"

"पण रात्रीचं? सोबतीला तरी कुणी बघा!"

"काय करायची सोबत? चांदणं पडलंय उन्हासारखं. आत्ता जाईन घोड्यावरनं वाऱ्यासारखा. तुम्ही काळजी करू नका."

"बरं, तुमच्या मनासारखं होऊ द्या. जपून जा म्हणजे झालं. वाटंत चोरा-चिलटाचं भय आहे."

"चोरांनी लुटायला आपल्याजवळ आहे काय? चार पैशांचं डाळं-चुरमुरं पोरांना खायला घेतलेत, ते? का तंबाखूची पिशवी?"

"अहो, पण चार दणके तरी मिळतील फुका!"

"मिळू द्या. कुळकर्ण्याचं काम करायचं, तर त्यालाही अंग सरावलं पाहिजे!"

मी असा नेट धरल्यावर दुकानदारानं पुन्हा मोडता घातला नाही. जपून जाण्याविषयी मला वरचेवर बजावून त्यानं दुकानाच्या फळ्या लावून घेतल्या; आणि नाथबाबाचं स्मरण करून मी रिकिबीत पाय ठेवला. कुंभाराचं घोडं दुडक्या चालीनं वाट कातरू लागलं.

गावाबाहेर पडताच मोकळ्या रानातला वारा अंग चिरू लागला. माझी तांबडी धाबळी मी अंगावर लपेटून घेतली. तंबाखू तोंडात धरली आणि आजूबाजूला मुळीच न बघता नजर समोर ठेवली. रात्री जाण्या-येण्याचा सराव होताच. त्यामुळं भीती फारशी वाटत नव्हती. तरी पण आजूबाजूला माणूस-काणूस नसताना ती भकास वाट ओसरता ओसरेना. आणि काळजात धाकधुक होऊ लागलं. पुढं-मागं बघायचं नाही, असं ठरवलं होतं; तरी घोड्याच्या टापांच्या आवाजानं मन चाळवायचं आणि डोळ्यांच्या कोपऱ्यातून मी मागं बघायचा. तसा मी धीट आहे, बरं का, बंडा; पण चोरचिलट म्हटलं की, माझा धीर सुटतो. अहो, त्या लोकांना काळीज नसतं. चार कुऱ्हाडीचे घाव हाणले आणि तुकडं करून टाकलं, म्हणजे करा काय? फुकाफुकी पोरंबाळं वनवाशी व्हायची. म्हणून मागं-पुढं बघत होतो आणि वरचेवर घोड्याला दबावीत होतो. ते बिचारं आपल्या परीनं जलदीनं जातच होतं. पण मला वाटत होतं, त्यानं वाऱ्यासारखं जावं.

असं करता-करता पांदीत आलो. दोन्ही बाजूंनी शेरचिंचांचं दाटवण लागलं होतं आणि तशा चांदण्यातही वाटेवर काळोख पसरला होता. त्या काळोखात शिरून चार-आठ पावलं जातो न जातो, तोच घोडं एकाएकी बुजलं. दोन्ही पायांवर खडं उभं राहिलं! मी बसणारा पट्टीचा; नाही तर खाली कोसळून जायबंदीच व्हायचो. लगाम ओढला. चुचकारलं, तरी ते तोंड फिरवून मागंच फिरू लागलं. काहीही केलं, तरी ऐकेना. तरी मी जाम खाली उतरलो नाही. पायांची मिठ्ठी घालून वरच राहिलो. आणि मग एकाएकी डोक्यात विचार आला, ही भूतचेष्टा तर नाही? हा विचार आला रे आला आणि समोर एक पांढरीशुभ्र बाई उभी राहिली... डोक्यावरनं पदर घेतलेला. कपाळावर कुंकू. गोरीपान आणि सडपातळ. त्या क्षणी मी ओळखलं की, हे काम वेगळंच आहे. रात्री-अपरात्री बाबाच्या भेटीला निघालेली ही कुणी आवा नव्हे. हिच्या तडाख्यातून निसटलं पाहिजे. आणि खाली मान करून घोड्याला अशी टाच दिली की, ते बेफाम उधळलं. उधळलं, ते चांगलं मैलभर. मैलभर आलो, ही जाणीव झाली आणि मग मी थोडासा दम घेतला. वाटलं की, आता धोका टळला. लगाम सैल सोडला. घोडं दमगीर होऊन मुतत उभं राहिलं. आणि असा श्वास घेतो, तोच मागून मंजुळ आवाज आला, ''अहो, असं पळता काय? थोडे थांबा. मलाही यायचं आहे. घेऊन चला मला!''

मग काळीज घट केलं आणि मागं न बघता म्हणालो, "बाई, मी पोराबाळांचा बाप आहे. लक्ष्मीसारखी बायको घरी आहे...."

"मग? मीही काही अशीतशी नाही. चांगली कूळ-शीलाची आहे. आणि मला तुझ्या घरात येऊन काय करायचं आहे? चार मैलांवर जायचं आहे, तिथपर्यंत घोड्यावरून ने आणि सोड."

"पण कुणी बघितलं, तर काय म्हणंल?"

"मी काही तुझ्या पुढं बसत नाही; मागं बसते. नाही म्हणू नकोस. आणि जरी म्हणालास, तरी मी आल्याशिवाय सोडणार नाही!"

"आणि आबानाना, ती बाई टाणकन उडी मारून बसली माझ्यामागं!"

आबानाना उठून बसले आणि त्यांनी विचारलं, "आन् मग रं, नाना?"

मग काय, नाइलाज झाला. मुकाट घोडं हाकू लागलो. मऊसूत पदर वाऱ्यानं पार माझ्या बगलेत येऊन फडफडत होता. तिच्या अंगाचा घमघमाट सुटला होता – अत्तरासारखा. घोड्यानं ठोकर खाल्ली की, तिचा माझ्या अंगाला धक्का लागायचा. थंडगार अंग तिचं, जणू बरफ.

मग कुणी बोललं नाही, का काय नाही. गपचिप घोडं सटक्यानं चाललं होतं. माझ्यामागं भूत बसलंय, हे आता मला पक्कं कळून चुकलं होतं. आता एखादा ओढा येईपर्यंत ते माझ्यामागून उतरणार नव्हतं. कारण भूत पाणी ओलांडून पुढं येत नाही, हे मला ठाऊक होतं. खरसुंडीची वाट माहितीची होती. कुठं ओढा आहे, कुठं नदी आहे, हे पक्कं स्मरणात होतं. चांदण्यानं सगळ्या खाणाखुणाही कळत होत्या.

मग ओढा येईपर्यंत उगीच बसलो. हलकेच खिशातून अडकित्ता काढला आणि असा ओढ्याचा काठ आला... "अरे, थांब थांब. मी उतरते..." असं ती म्हणाली, तोच मी चलाखीनं माझ्या बगलेत आलेला तिचा पदर कापला आणि बेशक घोडं पाण्यात घातलं. थाड्ऽ थाड्ऽ पाणी उडवीत घोड्यानं ओढा पार केला, तसा त्याला पुन्हा असा फटकारा लगावला की, ते वाऱ्यासारखं सुटलं.

गणा चलपते तोंड उघडं ठेवून हा प्रकार ऐकत होता. त्यानं विचारलं, "आणि ती बाई हो, कुळकर्णी?"

"बाई उतरली होती ओढ्याच्या ऐलतीरावरच. तिचा पदर मात्र हिकमतीनं कापून आणला मी घरी आणि ठेवला तुळईत बंदोबस्तानं... आणि तेव्हापासून बघा, माझं घर भरलं!"

नानानं गोष्ट संपवली. मंडळी घटकाभर गप्प बसली. जणू गोष्टीतल्या त्या सगळ्या वातावरणातच ते अजून होते. सगळ्यांना गोष्ट कळली, पण गणा चलपत्याच्या ध्यानी त्यातलं मर्म आलं नाही. तेव्हा आबानानांनी खुलासा केला, ''त्याचं असं असतं गणा, भुताचा पदर आणला की, ते सारखं मागं लागतं. म्हणतं, 'माझा पदर दे.' मग त्याला म्हणायचं, 'माझं घर बांधून दे, मग देतो पदर.' मग घराला लागण्यापुरती रक्कम ते आणून देतं. तेवढं काम झालं आणि भूत पुन्हा पदर मागू लागलं की, म्हणायचं, 'माझ्या पोरीचं लगीन होऊ दे'– असं सारखं करायचं आणि नानावाणी गबरगंड व्हायचं!''

गणाला गोष्ट पटली. तो म्हणाला, ''नाना, भुताचा पदर आणला, ही तुमची बहादुरी! अहो, आता तुम्हाला काय करायची आहे कुलकर्ण्यांची नोकरी? खुशाल घरी बसा. दारात हत्ती झुलंल तुमच्या. अत्तराचं दिवं जाळाल तुम्ही!''

तेव्हा नाना कष्टी मुद्रा करून म्हणाला, ''नाही गणा; तसं असतं, तर लाच खाल्ली, असा बोभाटा झाल्यावर कशाला भ्यालो असतो?''

''का बरं?''

''गांधी भोवला रे गणा, गांधीबाबा भोवला! परवाच्या जाळपोळीत माझं घर जळलं, त्यात तो पदरही जळला!''

■

'मौज' साप्ताहिक

देवळाशेजारच्या पारावर गप्पा हाणीत बसलेली पोरं उशिरा उठली आणि आपापल्या घरांकडे गेली. धड अंधारही नव्हता, उजेडही नव्हता. रात्र बरीच झाली होती. फिक्कट दिसत होतं.

मोठ्या वहाणा वाजवीत रामा आपल्या घराकडे येत होता. त्याचं घर थोडंसं एका बाजूला होतं. पडलं-झडलं होतं, पण त्यातच चार खण इमारत उभी ठेवून रामा राहत होता. तो, त्याची म्हातारी आणि एक सुरेख कुत्री. शिवाय गुरं-ढोरं, कोंबड्या, मांजरं.

आपल्या देखण्या कुत्रीवर रामाचा विशेष जीव होता. गावातील चांगल्या कुत्रींत तिची गणना होत होती. भाद्रपद असल्यामुळं तूर्त तो तिला घरात डांबून ठेवीत होता. तिच्या रूपाचं बेरूप होऊ नये, याची काळजी घेत होता.

सगळं गाव शांत होतं. आभाळात चांदण्या लुकलुकत होत्या. वाऱ्याच्या झुळुकीनं लिंबाच्या डहाळ्या हलत होत्या. घोरण्याचे आवाज स्पष्ट ऐकू येत होते. कुठंही दिवा दिसत नव्हता. कुठंही हालचाल नव्हती. घराघरांपुढं बांधलेली गुरंसुद्धा निश्चल होती, झोपेत होती.

डहाळे पाडायची हातातली कुऱ्हाड टेकीत-टेकीत रामा घराकडे येत होता. दिवसभराच्या कामानं शिणवटा येऊन त्याचे डोळे जड झाले होते. मांड्या आणि हाताचे रट्टे ठणकत होते.

पडझड झालेल्या आपल्या घरापाशी तो आला आणि कुत्रे विव्हळल्याचा आवाज ऐकून जागच्या जागी उभा राहिला. डोळ्यांच्या बाहुल्या मोठ्या करून पडकात बघू लागला.

भाद्रपदाचा महिना आणि घरात देखणी कुत्री यामुळं गावातल्या कुत्र्यांनी रामाला जेरीला आणलं होतं. दिवसरात्र ती तोंडांनी चमत्कारिक आवाज काढीत घराभोवती हिंडत. बंदोबस्तात डांबून ठेवलेल्या रामाच्या कुत्रीपायी जीव टाकत! त्यांना धोपाट्या घालता-घालता, हुसकावून लावता-लावता रामा जेरीला आला होता. गावची कुत्री येत, ती येत; पण वाड्या-वस्त्यांवरचे बहाद्दरही जिभा बाहेर काढून, दोन-दोन तीन-तीन मैलांची मजल करून रात्री-अपरात्री रामाच्या

कुत्री

घराकडे येत आणि आत जाण्याचा प्रयत्न करत. माळवदा-भिंताडावर चढत.

घराशेजारी रामा थांबला आणि पडकात बघू लागला. परगावचा कोण मुशाफीर आपल्या घरात शिरू पाहतोय, ते बघू लागला आणि त्या फिक्कट प्रकाशात त्याला तो दिसला. ढासळलेल्या दगडावर चढून भिंतीवरून उडी घ्यायच्या खटपटीत तो होत. त्याचं टणटणीत अंग आणि ऐटबाज शेपूट रामाला दिसलं आणि तो पेटला. परगावच्या या रंडीबाज गड्याला हिसका दाखविण्यासाठी त्याचे हात शिवशिवू लागले. हातातील कुऱ्हाड उचलून तो लपत-छपत त्याच्यापाशी जाऊ लागला.

काळा कुत्रा आपल्याच नादात होता. त्याचं डोकं फिरलं होतं. कान उभारून, शेपटाचा गोंडा हलवीत तो मागं सरके, पुढं सरके, खाली बसे. कुईऽ कुईऽ करून विव्हळे. त्या उंच भिंतीच्या आत उडी टाकण्याचा धीर त्याला अजून होत नव्हता.

वहाणांचा आवाज होऊ न देता, खिंडाराच्या आडोशनं रामा हळूहळू त्याच्यापाशी जात होता. फुटाफुटानं अंतर कमी होत होतं. श्वास रोखून आणि कुऱ्हाड उचलून रामा पुढं होत होता.

कुत्रा आपल्या नादातच होता. आजूबाजूला त्याचं ध्यानच नव्हतं. आपल्या दिशेनं काळ हळूहळू पुढं सरकतो आहे, याकडे लक्षच नव्हतं. जनावर काय, माणूस काय; एकदा असल्या नादात पडलं की, त्याला भान राहत नाही. त्याच्या हुशारीचा सारा कल त्या एका गोष्टीकडे असतो; आणि मग त्याला कुणीही लोळवतं, कुणीही खड्ड्यात लोटतं.

काळा कुत्रा नादात होता आणि रामा त्याच्या मागं गेला. गेला आणि जनावर घावाच्या टप्प्यात आहे, याचा अदमास येताच लांब दांड्याची ती कुऱ्हाड त्यानं बुंध्याकडून उगारली; कुत्र्याच्या डोक्यात अंगच्या बळानं घातली. खटकन आवाज झाला. 'व्हाँ' करून कुत्रा ओरडला, चपळाईनं उलट फिरला आणि आपल्याला अचानक दगाफटका करणाऱ्या रामावर बेशक चालून गेला. गुरगुरत, नाक फेंदारत झेपावला. खरं तर, त्याला अधू करण्यासाठीच रामानं टोला हाणला होता; ठार मारण्यासाठी नव्हे. पण कुत्रा अंगावर येताच तो विचार गेला आणि रामानं चक्क कुऱ्हाडीचा घाव घातला. त्या जखमेनं कुत्रा भेलकांडला, तेव्हा आपल्या जाड वहाणांचा पाय त्याच्या तोंडावर देऊन रामानं त्याचं मुंडकं तोडलं; धडावेगळं केलं! रामाचा पाय रक्तानं भरला.

कुत्र्याच्या तडफडाटामुळं उडालेला धुरळा चहू बाजूला गेला. धड मातीत निश्चेष्ट पडलं.

झालेल्या गोंधळानं कुत्रीच्या आरोळ्यांनी जागी झालेली रामाची आई दार

उघडून बाहेर आली आणि ओरडली, ''कोण हाय?''

कुऱ्हाडीचं ओलं पातं मातीत घोळशीत रामा बोलला, ''का गं नाने? मी हाय.''

''पडकात रं काय करतोस?''

''कुत्रा मारला परगावचा.''

''जीव घेतलास काय?''

''अंगावर आला, तसा तोडला कुऱ्हाडीनं!''

''अरं चांडाळा, ये आत!''

पायावरचं रक्त पुसून रामा आत आला. त्याची देखणी कुत्री बांधल्या जागी उड्या घेऊ लागली. बारीक ओरडू लागली. घोंगड्यावर पडता-पडता रामा म्हणाला, ''ते धड ओढ्यात नेऊन टाकलं पायजे, वास सुटंल!''

''टाक सकाळ. पड आता!''

मारलेल्या कुत्र्याचं धड सकाळी ओढ्यात नेऊन टाकलं, तेव्हा चांगलं उजाडलं. त्या उजेडात रामाला समजून आलं की, अंधारात चुकभूल झाली. आपण परगावचा समजून तोडला, तो कुत्रा बाबू म्हातऱ्याच्या वस्तीवरचा आहे! आणि तो हबकला. साहजिकच हबकला. आपला राखणीचा कुत्रा रामानं तोडला, हे कळताच तो महाकाय माणूस काय करील, त्याचा नेम नव्हता. मोमिनाच्या पोराला ठोकला, तसा तो रामूला ठोकील किंवा कुऱ्हाडीनं मुंडकं तोडून त्याचा जीव घेईल! संतापी बाबू म्हातऱ्या काय वाटेल ते करील!

म्हातऱ्याच्या मेलेल्या कुत्र्याभोवती पाच-सहा पोरं गोळा झाली. कुत्र्याचं धड त्यांनी ओळखलं. विचार करत उभा असलेल्या रामाला त्यांनी छेडलं, ''रामा, कुत्रा कुणाचा?''

''बाबू म्हातऱ्याचा!''

''कुणी तोडला?''

''मीच!''

''आं? तो खवीस माणूस तुला ठावं नाही का? त्याची खोड का काढलीस?''

''फसगंमत झाली. मारावा म्हणून मी म्हातऱ्याचा कुत्रा मारला नाही!''

''मग?''

''आमच्या कुत्रीला बिघडवायला कुणी परगावचा कुत्रा आला, अशा समजुतीनं मी कुऱ्हाड मारली.''

''तुला गावचा कुत्रा ओळखू आला नाही?''

''अंधारात नीट दिसलं नाही!''

पोरांना गोष्ट पटली. म्हातऱ्याचा कुत्रा मारण्याचं धाडस एरवी कुणी केलं नसतं. खरोखरीच रामाची फसगंमत झाली असली पाहिजे. पण ही गोष्ट म्हातऱ्या मानणार कसा?

"रामू, तुझी गोष्ट आम्हाला पटली, पर बाबूला पटणार का?"

"ते मी काय सांगू?"

"मी सांगतो, त्याला पटणार नाही. मोमिनाच्या पोरासारखा तो तुला हाणील!"

"जसं आपल्या तकदिरात असंल, तसं हुईल!"

अशी बोलाचाली झाली. डोक्यावरून कावळे, घारी उडू लागल्या; तेव्हा पोरं हलली. म्हातऱ्या आता रामूला कच्चा खाल्ल्याशिवाय राहत नाही, असं बोलत ती हलली.

रामाही घराकडे आला. उगीच विचार करत पायरीवर बसला. तोही ताकदीनं भारी होता, पण त्याच्या हातून गुन्हा घडला होता. म्हातऱ्याचा जोरदार आणि किंमतवान कुत्रा त्यानं तोडला होता. म्हातऱ्या बोलेल, ते खपवून घेणं भाग होतं. कलागत करायची म्हटलं, तरी म्हातऱ्या फार भारी माणूस होता.

रामूनं विचार कर-कर केला. सकाळची न्याहारी कशी तरी आटपली आणि धोतरानं तोंड पुसत तो आईला बोलला, "मी वाइसा मळ्याकडनं जाऊन येतो गं म्हातऱ्याच्या!"

म्हातऱ्याचा आणि आपला काही संबंध नसता पोरगा तिकडं का निघाला, त्या अघोरी माणसाशी पोरानं काय काम काढलंय – असं वाटून तिनं काळजीनं विचारलं, "का रं लेकरा, तिकडं काम काय?"

"अगं, राती मारलेला कुत्रा परगावचा नव्हता!"

"मग?"

"बाबूचा होता!"

"अरं माज्या कपाळा! अरं, मग आपणहून का जातोस त्याला सांगायला? नको जाऊस बाबा, नको! मारंल, हाणील तुला!"

"हाणायला मी काय बळं मारला त्याचा कुत्रा?"

"नाही, चुकून मारलास. पण कुत्रा मेला नव्हं? तो फिरून येणार नाही. बाबूच्या मनातला हा राग कसा जाईल? तू जाऊ नकोस!"

"मग कसं करू?"

"त्याला येऊ दे विचारायला माझ्या घरी. मग बघंन माजं मी. तू जाऊ नकोस!"

"रानात तरी जाऊ का नको?"

"न जाऊन कसं भागंल? माजी ढोरं उपाशी राहतील!"

मग रामानं गुरंढोरं सोडली. ती चारण्यासाठी तो रानामाळात गेला. त्याची देखणी कुत्री त्याच्या मागोमाग शेपूट हलवीत गेली.

बांधा-बांधावरचं हिरवं गवत खात गुरं हिंडू लागली. बाभळीच्या झुडपाला शेरडं झटू लागली. दिवस बराच वर आला. वडाच्या सावलीला रामा बसला. त्याची कुत्रीही त्याच्याजवळ बसली.

अद्याप त्याच्या पोटातील धाकधूक कमी झाली नव्हती. स्वभावानं तितकासा कडक नसलेला, कष्टाळू, एकांडा रामा हातून झालेल्या अपराधानं भ्यायला होता. कुत्रा मारल्याची बातमी समजल्यावर तो माथेफिरू इसम काय करील, याचा अंदाज बांधता-बांधता जास्तीच भ्यायला होता.

हिरवं रान, ओलसर वारा, गळ्यांतल्या घंटा हलवीत चरणारी गुरं, पांढऱ्या ढगांनी भरलेलं आभाळ, पाखरांचा चिवचिवाट आणि व्हल्यांनी घातलेले हुंकार असल्या वातावरणातदेखील त्याला त्या भीतीचा विसर पडला नाही. आजूबाजूला कुणी नव्हतं. रामानं आज मुद्दाम वेगळा भाग निवडला होता. त्याला दिवस गावापासून लांब काढायचा होता आणि रात्री घरी जाताच आईनं म्हातऱ्याची समजूत कशी घातली, हे ऐकायचं होतं.

– आणि आपली गुरं घेऊन बाबू म्हातऱ्या त्याच रानात आला! रामूच्या समोर आला. अंगात फाटलेला अंगरखा घातलेला जबरदस्त म्हातऱ्या, बैलांचा आसूड उडवीत त्याच रानात आला. रामाच्या काळजात धसका बसला. क्षणभर तो थंडगार झाला.

हळूहळू चालत म्हातऱ्या त्याच झाडाखाली आला – ज्या झाडाखाली रामा बसला होता, त्याच.

रामा चमकला आणि बावरून उठला, उभा राहला. म्हाताऱ्या अंगावर यायच्या आत पळून जाण्याची तयारी त्यानं केली.

डाव्या-उजव्या पायावर सारखा भार देत म्हातऱ्या आला. त्याचा चेहरा उन्हानं कोळपला होता. घामानं चिकचिकला होता. एका हातात आसूड घेऊन तो झाडाखाली आला, तेव्हा रामाचा घसा एकाएकी कोरडा झाला. त्याच्याबरोबर कुत्रीही उभी राहिली होती. ती कान उंचावून म्हातऱ्याकडे बघू लागली. देवीला सोडलेला रेडा जसा येतो, तसा म्हातऱ्या आला. धीरानं, खंबीरपणानं; कुणाचीही, कशाचीही तमा न करता आणि रामापुढं पुरा उभा राहिला. पावलांत तीन फुटांचं अंतर ठेवून आणि दोन्ही हात सैल सोडून रामाच्या तोंडाकडे बघू लागला.

कोरड्या तोंडात जीभ फिरवीत, भित्रे डोळे खाली करीत, रामा बोलला, "बाबूराव... तुमचं...."

पण त्याला बोलणं सुधरेना. जागच्या जागी तो चुळबुळू लागला. तो एवढासा पोर भेदरून गेला.

बोबड्या पण खंबीर आवाजानं म्हातऱ्यानं चौकशी केली, ''नारायण पाटलाचा पोरच नव्हं का तू?''

रामानं मान हलवली.

''रामा नव्हं तुझं नाव? हां... मी गावात फार करून येत नाही. नवी पोरं मला ओळखत नाहीत!''

त्याच्या या बोलण्यावरून रामाला थोडका धीर आला. संशय निर्माण झाला की, कुत्रा मारल्याची बातमी याला कळली, का नाही? कळली असती, तर हा असं बोलताच ना. निमूटपणानं येऊन हाडं मऊ करता. मग? ही काय भानगड आहे?

झाडाच्या बुंध्याशी येऊन म्हातऱ्या खाली बसला. मांडी घालून बसला आणि चोरासारख्या उभ्या राहिलेल्या रामाला म्हणाला, ''हे पिल्लू तुझंच का?''

रामानं होकार दिला. त्याची खात्री पटत चालली की, कुत्रा मारल्याची हकिगत अद्याप या गड्याच्या कानावर आली नाही.

रामाच्या पायाशी उभी राहून कुत्री म्हातऱ्याकडे बघत होती. वरचेवर मान खाली करीत होती. शेपूट हलवीत होती.

''चांगलं हाय रं पिल्लू!''

असं म्हणून म्हातऱ्या चुटक्या वाजवू लागला. तोंडानं आवाज करून रामाच्या देखण्या कुत्रीला बोलावू लागला.

रामाला आक्रीत वाटलं. म्हातऱ्याच्या या माणसासारख्या वागणुकीचं त्याला नवल वाटलं आणि मग त्याला धीर आला. आपल्या हातून झालेल्या चुकीची कबुली देण्यासाठी त्यानं तोंड उघडलं.

''बाबूराव, तुम....''

पण म्हातऱ्या मधेच म्हणाला, ''कुठनं पैदा केलंस हे पिल्लू, पोरा?'' आणि पुन्हा चुटक्या वाजवू लागला.

कुत्री शेपटाचा गोंडा घोळवू लागली.

म्हातऱ्या म्हणाला, ''ये-ये, चुक्ऽ चुक्ऽ चुक्... ये!''

मग कुत्री मान वाकवून पुढं झाली. चारी पायांवर दबून चालत पुढं झाली. म्हातऱ्यापुढं जाऊन उभी राहिली.

म्हातऱ्यानं रामाला विचारलं, ''चावरी हाय का रं, आं?''

''नाही, नाही – लावा की हात बेशक!''

मग बाबूनं हात लांबडा केला आणि शेरडाच्या पिलाला ओढावं, तसं त्या

कुत्रीला कान धरून जवळ ओढलं.

रामाची कुत्री चांगल्या जातीची होती. तो म्हणे की, ती इराणी आहे! गावठी कुत्र्यापेक्षा हे जनावर जादा लांब होतं. त्याचं तोंडही निमुळतं आणि लांब. रंग पांढरा स्वच्छ आणि कुठं-कुठं पिवळसर तांबडे ठिपके, बेताबेताचे केस आणि लांब – मानेखाली लोंबणारे कान. गावात तसलं कुत्रं नव्हतं. धुळे-मोर्चापूरहून रामानं ते पिलू आणलं होतं आणि आता वयात येऊनही शाबूत, कोरं राखलं होतं!

कुत्रीची केसाळ आणि लांबसडक शेपटी म्हातऱ्यानं पकडली. हाताला तिचा एक तिढा घेतला. तशी कुत्री ओरडू लागली, धडपडू लागली.

ती धडपड रामाला बघवेना आणि म्हातऱ्याला कमी-जास्त बोलण्याचा धीरही होईना.

कुत्री खाली पडली. उलटी झाली आणि तोंड वर करून लाथा झाडत केविलवाणी केकाटू लागली; तरी म्हातऱ्यानं ओढून धरलेलं शेपूट सोडलं नाही.

कुत्रीच्या जलद धडपडीनं खालचा धुरळा उडू लागला.

रामाचं काळजी कळवळलं. आपल्या हातून झालेली चूक सांगून टाकण्यासाठी तो म्हणाला, "त्याची अशी गोष्ट झाली, बाबूरा...."

कुत्रीची ती धडपड बघून म्हातऱ्या मोठमोठ्यानं हसला. त्याच्या तोंडाच्या कोपऱ्याशी थुंकी जमली. तो ओरडून म्हणाला, "जनावर चांगलं ताकदवान आणि चलाख बाळगलं आहेस रे, नाना पाटलाच्या पोरा!"

आता कुत्री जास्त केविलवाणी ओरडू लागली. तिच्या शेपटाला फार रग लागली होती.

रामा पार पावलं पुढं झाला आणि वाकून म्हणाला, "नका-नका बाबूराव, मुक्या जनावराला असं...."

म्हातऱ्यानं आपला दणकट हात कुत्रीच्या मानगुटावर दिला. वैदूनं घोरपड धरावी, तशी त्यानं ती दांडगी कुत्री दोन्ही हातांच्या पंज्यांनी धरली. जाम जमिनीशी चेपली. कुत्रीची ती दशा रामाला असह्य झाली. हात पुढं करून तो म्हणाला, "नका, नका...."

त्यासरशी म्हातऱ्या चवताळला. गरजला, "माजा कुत्रा कुऱ्हाडीनं तोडलास? साल्या, तुझी कणव त्या वेळी कुटं गेली होती? आँ?"

– आणि मग बसल्या-बसल्याच त्यानं कुत्रीचं शेपूट धरून तिला वर उचलली. धुण्याचा पिळा सपकावा, तशी भुईवर सपकली.

धुरळा उडाला.

कुत्री भयंकर ओरडली. त्या आपटण्यानं तिची हाडं चिंबली, कडाकड वाजली.

रामा भयंकर भ्यायला! दातांवर दात घट्ट मिटून लटलट कापत उभा राहिला.

पुन्हा म्हातऱ्यानं कुत्री उचलली आणि धापकन खोडावर आपटली! जनावराचा चेंदामेंदा झाला!

दोन-चार वेळ म्हातऱ्यानं रामाची कुत्री आपटली. दाणा निघण्यासाठी पेंडी झोडावी तशी झोडली आणि रानात भिरकावली!

दोन्ही हात पुढं करून रामा उभा होता. भीतीनं त्याचा चेहरा काळा-निळा झाला.

– आणि मग म्हातऱ्या एकदम जागचा उठला. म्हणाला, ''थुत् तुज्या नाऱ्या पाटलाच्या पोराच्या हो!''

त्यासरशी रामा घाबरून भयंकर ओरडला. अपरात्री भूत दिसल्यावर किंचाळावं, तसा किंचाळला आणि पाठ फिरवून धूम पळाला. त्या मोकळ्या रानातून धोतर सावरत धूम गावाकडे पळला.

रानात चरणारी त्याची गुरं त्याच्याकडे खाणं सोडून बघू लागली... आश्चर्यानं कान उभारून आणि जबडे थांबवून बघू लागली.

■

'मौज' साप्ताहिक

विलायती कोंबडी

सकाळी न्याहाऱ्या करून लोक रानामाळाकडे निघाले, तेव्हा पाटील आपल्या पडक्या वाड्यापुढील मोकळ्या आवारात कोंबड्यांना दाणे घालताना दिसला. कोवळ्या उन्हाला तो बसला होता. मुठी भरभरून दाणे उधळीत होता. दोन विलायती कोंबड्या ते टिपीत होत्या.

घरकामात चुकूनही ध्यान न देणारा हा पाटील आज कोंबडी चारीत का आणि कसा बसला, या विचारानं गावकरीमंडळींना बहुत अचंबा वाटला. हातात दोरखंडं, विळे घेतलेली दहा-पाच मंडळी भोवती गोळा झाली आणि हा देखावा बघत उभी राहिली.

पाटील दोन पायांवर बसला होता आणि गोल अंगरख्याच्या खिशातून पांढरे शुभ्र जोंधळे काढून कोंबड्यांपुढं उधळीत होता. मातेरं किंवा किडकं धान्य सोडून हा खुळा माणूस उत्तम प्रतीचे जोंधळे का फुकट घालवतो आहे, हे मंडळींना उमगेना. पाटलाच्या या अजब करणीकडे बघून त्यांना काहीच बोध होईना!

हां, ही गोष्ट खरी की, दाणे टिपणारा पाटलाचा कोंबडा आणि कोंबडी नवी दिसत होती. गावातल्या मोठ्यात मोठ्या कोंबड्यांपेक्षा मोठी आणि देखणी होती. बडा कोंबडा डोईवरचा टिचभर तुरा हलवीत दाणा टोचत होता. आपल्या पिवळ्या-धम्मक आणि कणखर पायांनी धुरोळा उडवीत होता. रंगानं पांढराशुभ्र असलेल्या या नराचा थाट थेट एखाद्या पोलीस अंमलदारासारखा होता! मधेच खाणं थांबवून तो आपली गुबगुबीत मान वर करी, हनुवटीशी लोंबणाऱ्या तांबड्या लोळ्या हलवीत भोवती जमलेल्या लोकांकडे बघे आणि पुन्हा दाणे टिपी!

तशीच कोंबडी! स्वरूपानं देखणी, पण सुखावल्यामुळं अंगानं सुटलेल्या अंमलदाराच्या बायकोसारखी. नवऱ्याच्या अंगचटीला न येता पोक्तपणे तीही दाणे टिपीत होती. मान बाहेर काढीत, आत घेत होती. डौलात चालत होती.

पाखरं देखणी होती, ही गोष्ट खरी. पण म्हणून त्यांना काय पाटलानं दाणे टाकीत बसावं? विलायती म्हणून त्यांना काय बेण्याजोगे जोंधळे टाकावेत? तसं बघावं, तर

इतकी माणसं बघायला आली, याचं कौतुकही पाटलाच्या तोंडावर नव्हतं. सरकारी ऑफिसरशी वागल्यासारखा त्या पाखरांशी तो अति अदबीनं वागत होता. मग ही भानगड काय असावी?

राणूचा महादा खाकरून डाव्या बाजूस थुंकला आणि हलकेच म्हणाला, "इलायती बेणं आणलं काय पाटील?"

डोळा वर करून पाटील म्हणाला, "काय म्हणालास?"

"बेणं इलायती आणलं काय?"

"हां-हां!"

एवढा होकार देऊन पाटील पुन्हा पाखरांकडे अदबीनं बघू लागला.

बोकडं चारण्यासाठी रानात निघालेला मुसलमानाचा पोरगा बराच वेळ मनात घोळत असलेली गोष्ट बोलला, "महादा, चार शेर मटण पडंल का या कोंबड्याचं?"

हात पाठीमागं टाकून उभा राहिलेल्या सोपानानं उत्तर दिलं, "आगाऊ पडंल! राव, आपलं गावठी कोंबडं चार-पाच घातलं, तरी ह्याची बरोबरी येणार म्हणता का? छ्या!"

मग मंडळी आपसात चर्चा करू लागली :

"बाईली, कुण्या देशाची ही जात बरं? व्हय, सोपाना?"

"इलायती नव्हं, म्हणतो मी. जपानी जात असावी."

"ते काय हाय रं, मुसलमाना?"

"मुलूख हाय. तिकडची असावी ही जात!"

"तुला कसं वळखलं?"

"मुंबईला असताना आमच्या सायबानं बाळगल्याली मी बघितलीया ना!"

दाणे टिपता-टिपता कोंबड्याला हुक्की आली. कोंबडीच्या भोवती तो फेऱ्या मारू लागला. पंख उभारून फिरू लागला. उभारल्या पंखांत नख्या अडकवून भेलकांडू लागला! ती पळू लागली, तसा मान खाली घालून पाठलाग करू लागला. कोंबडी टो-टो ओरडू लागली. आवारभर त्यांचा गोंधळ सुरू झाला!

पाटील विडी ओढीत सर्व प्रकार बघत होता.

मग सोपानानं प्रश्न केला, "जोडीला काय पडलं ह्या, पाटील?"

"कोंबडी माझी नव्हंत ती, सोपाना!"

"मग? नवीन दिसली, तवा म्हणलं, तुमीच आणली काय!"

"नव्हं!"

"पाव्हण्यानं आणून सोडली?"

"नव्हं, सरकारी जोडी हाय ही!"

"सरकारी!"

"हां. आपल्या गावासाठी सरकारनं धाडली!"

सर्वांना अचंबा वाटला. गुन्हा झाला, तर सरकार सजा देतं. कामाबद्दल पाटील-कुलकर्ण्यांना पगार देतं. खंड भरला नाही, तर दम देतं. पण कोंबड्या? गावाला कोंबड्या देणारं सरकार कसलं हे? विचार करण्यासारखी गोष्ट आहे!

महादा म्हणाला, "कामाधामासाठी अंमलदार येतात. त्यांना जेवण करावं लागतं. जेवणात गावठी कोंबडी त्यांना चालत नाही, म्हणून या कोंबड्या सरकारनं धाडल्या!"

पण पाटील त्याच्यावर ठिसकला, "ये अडाण्या, अंमलदारांना खाण्यापायी दिल्या होय रं, कोंबड्या सरकारनं?"

"तर कशापायी?"

पाठलागात कोंबडी हरली होती. तिच्या डोईवरचा बुटका तुरा कोंबड्याच्या टोचीनं लालभडक झाला होता. तरीही आता ती त्याच्या जवळून चालत होती. मग कोंबडा थांबला. डावा पाय आखडून त्यानं छाती काढली आणि कडक साद ठेवून दिली!

ती साद ऐकून शेजारचा सोनार बाहेर आला आणि जमलेल्या मंडळींत येऊन उभा राहिला. विलायती कोंबड्याकडे बघून विचारू लागला, "ह्यानंच साद दिली का?"

सोनार म्हातारा होता. त्याच्या तोंडातले सगळे दात पडले होते. कानातले आणि छातीवरचे केस पिकून पांढरे झाले होते. मंडळींकडून होकार आला, तेव्हा हातातला चिमटा वर करून तो बोलला, "आज इतकी वर्षं कोंबड्यांची बांग ऐकतोय, भल्या पहाटं घातलेली पहिली बांग ऐकतोय; पण आज पहाटं ऐकली, अशी कडक साद आपण कधीच ऐकली नव्हती!"

पाटील अभिमानानं म्हणाला, "आज पहाटं ना? मग ती बांग आमच्या ह्या सरकारी कोंबड्याचीच!"

सोनार खूश झाला. म्हणाला, "सरकारी म्हणल्यावर मग बोलणंच खुंटलं! शंभर रुपये खर्ची घालून ही जोडी त्यांनी आणवली असंल!"

"हां." पाटलानं खुलासा केला, "सरकार आता खेड्यांची सुधारणा करणार आहे. ही कोंबड्याची जोडी आपण नीट जतन करायची आणि बरोबर सात वर्षांनी ह्यांची संख्या इतकी वाढली पायजे की, ह्या जातीशिवाय दुसरी जात गावात दिसली ना पायजे!"

सर्वांनी ही महत्त्वाची गोष्ट ध्यानी घेतली. घडीभर विचार केला.

महादा बोलला, "म्हंजे हे बेणं धाडलंय म्हणा की सरकारनं, पाटील!"

"तर काय?"

"मग हाय! पर कोंबड्याची जात काकळ. रोगानं मेलीबिली, म्हंजे मग आली का पीडा? सरकार भरून घील का गावाकडनं!"

महादाची ही शंका बरोबर होती. पाटीलही घडीभर बुचकळ्यात पडला. ही भानगड त्याच्या ध्यानातच आली नव्हती. अखेर त्यानं विचारपूर्वक उत्तर दिलं, "इलायती कोंबड्यास रोग होत नाही महादा. आणि जरी झाला, तरी सरकारकडून औषधाची पेटी आलीय माझ्याकडे. ते दिलं की, घडीभरात गुण!"

"बरं की पाटील! आमच्या कोंबड्या आजरल्या, तर तुमाकडं यावं!"

"छ्या! अरे येडा, ती औषधं इलायती. आपल्या गावठी कोंबड्यांना चालणार नाहीत!"

पाटलानं अशी चळक दिली आणि मग मंडळी फुटली. सरकारी कोंबड्यांविषयी बोलत, चर्चा करत रानामाळात गेली.

आठ-बारा रोज गेले.

– आणि मामलेदाराचा टांगा अचानक गावी आला. दफ्तर तपासण्यासाठी आला. पाटील घाबरून गट्टगोळा झाला.

मारुतीच्या देवळात जाजम, तक्क्या, लोड ही बैठक अंथरली होती. पट्टेवाल्यानं पाटलाला दम देऊन पाणी आणवलं. हातपाय धुऊन मामलेदार हुशार झाला आणि त्यानं दफ्तरं हजर करण्यासाठी फर्मावलं. ती आली, तसा कागदपत्रांत डोकं घालून तो चुका शोधू लागला. पाटील आणि कुलकर्णी जाजमाच्या कडेशी चोरागत बसून राहिले. गावातली काही प्रतिष्ठित मंडळीही कोट-टोपी घालून उगाचच खांब धरून बसली. समोरच्या पटांगणात महार-रामोशी धुरोळ्यावर रेषा काढू लागले. इतकी मंडळी होती, तरी गवगव बिलकुल नव्हती. जो-तो चापचूप होता. काही बोलायचं झालंच, तर दूर जाऊन बोलत होता; आणि मामलेदार आपल्या टपोऱ्या नाकावर चाळिशी ठेवून कागदपत्रं तपाशीत होता.

देवळाच्या भिंतीशी पट्टेवाला खांबासारखा उभा होता. खुंटीवर साहेबाचा निळ्या रंगाचा लोकरी कोट लोंबत होता. कोपऱ्याला चामडी पट्ट्यांनी आवळलेली वळकटी, जेवणाचा डबा, कडीचा तांब्या, छत्री आणि एक लहान चामडी बॅग हे प्रवासी सामान होतं; त्याच्याकडे तो उगीच बघत होता.

मग एकाएकी सुरुंग उडावा, तसा मामलेदार ओरडला, "गाढवलोक! कामं करता, का हजामती? बेशरम, पाजी! सरकारचा पगार फुकट खाता! तुमच्या बापानी हे आता निस्तरायचं का?"

पाटील-कुळकर्ण्यांचे चेहरे पडले. दोन्ही हात एकमेकांवर घट्ट धरून त्यांनी

अंगाचा संकोच केला. जणू काही मामलेदार त्यांना ठोकणार होता.

आजूबाजूची मंडळी हादरली आणि सावरून बसली. कदाचित आपण उगीच का बसलोय, म्हणून मामलेदार विचारील, या शंकेनं भयभीत झाली. उठून जाण्यासाठी चुळबुळू लागली. पण तेही आता कठीण होतं.

मामलेदाराचा बोक्यासारखा चेहरा रागानं तांबडालाल झाला. त्याच्या तोंडातून नीट शब्द फुटेनात.

"काय रे, ए कुलकर्णी, आं? कशाला करता नोकऱ्या? हजामाची दुकानं काढा! होय रे पाटला, आं? गुंडगिरी करून पैसे खातोस, लोकांना लुबाडतोस?"

पाटील हात जोडून म्हणाला, "सांभाळून घ्या, साहेब."

"काय सांभाळू रे, आं? शरम नाही वाटत चुका करायला? काय रे कुलकर्ण्या, दोघांनी संगनमत करून किती लाच खाल्ली? किती वसूल घशात घातला? आं?"

मकेच्या लाह्या उडाव्यात, तसा साहेब बोलला. घामाघूम झाला.

पाटलाची हबेलंडी उडाली.

कुलकर्णी मात्र वरून घाबरल्यासारखा दाखवत होता आणि मनाशी म्हणत होता, 'तुझ्यासारखे पाच मामलेदार गेले राया, आजपर्यंत! बोल! बोललास, म्हणून भोकं पडत नाहीत माझ्या अंगाला!'

जेवणवेळ टळेपर्यंत मामलेदार असं बोलला. त्यानं लाख चुका काढल्या आणि मग तो जेवणासाठी उठला. डबा उघडून जेवला आणि गारव्याला झोपला.

भुकेनं वखवखलेल्या पाटलाला एका बाजूला घेऊन पट्टेवाला त्याच्या कानात कुजबुजला, "रात्री जेवणाचा बेत करा झकास, म्हणजे येईल काम ताळ्यावर!"

"बरं! गोडं, का खारं करू?"

"गोडं कशाला? मुर्गी धस्काटा की एखादी!"

"ठीक!"

पाटील घरी आला आणि पाटलिणीला म्हणाला, "सायबाचा मुक्काम हाय रात्री. खारं जेवण कर झकास!"

पाटलिणीनं झकास जेवण केलं. पट्टेवाल्यानं डबा भरून नेला. साहेब टम फुगला आणि मऊ झाला. सकाळी चांगला शेरा देऊन जायला निघाला. पाटलाला म्हणाला, "जेवण उत्तम करता पाटील तुम्ही! असल्या चवदार कोंबड्या तुमच्याकडे आहेत, हे माहीत नव्हतं आम्हाला!"

पाटील कसंनुसं हसला. म्हणाला, "पाहिजे तर, जाताना दोन घेऊन जा, साहेब बरोबर!"

यावर साहेब काही बोलला नाही. पण पट्टेवाल्यानं पाटलाचा पिच्छा घेतला.

पाटील घरी गेला आणि पाटलिणीला म्हणाला, "सायबाला कोंबडी फार पसंत पडली. जाताना त्यानं दोन कोंबड्या मागितल्यात. म्हणाला, तुमच्या कोंबड्या इतक्या चवदार आहेत, हे आम्हाला ठाऊक नव्हतं!"

पाटील असं बोलताच पाटलीण म्हणाली, "बरा सोकावलास, म्हणावं सायबाला! कोंबड्या मागतोय! आमच्या कोंबड्या न्हाईत चांगल्या, तुज्याच खा म्हणावं!"

"असं कसं गं म्हणावं?"

"तर काय करता? रोज तुमचा सायेब ईल आन् कोंबडी मागंल. माज्या खुराड्यात कोंबडी ऱ्हाईल का अशानं? आज केल्याली कोंबडी आपली नव्हती!"

"मग, गं?"

"सरकारी कोंबडीच घातली सायबाला!"

"खरं म्हणतीस?"

"हां-हां, खोटं कशाला बोलू?"

पाटील मटकन खाली बसला. म्हणाला, "आरं, माझ्या देवा! आता तू मला फासावर चढवतीस!"

बाहेर उभ्या राहिलेल्या पट्टेवाल्यानं हा गोंधळ ऐकला आणि थेट तो साहेबाकडे आला. घडलेला सर्व बनाव त्यानं ऐकवला.

टांगा जोडून साहेब निघाला, तेव्हा बायकोच्या गाढवपणामुळं खचलेला पाटील त्याला घालवण्यासाठी टांग्यापाठोपाठ गावाबाहेर गेला. खाली मान घालून कुत्र्यासारखा टांग्याबरोबर चालू लागला.

साहेबानं विचारलं, "पाटील, कोंबड्या दिल्या का?"

पाटील कसनुसं हसला. लाचारीनं म्हणाला, "तसल्या कोंबड्या नाहीत साहेब, आता!"

"तसल्या, म्हणजे कसल्या?"

"विलायती, साहेब."

"वा:! विलायती कोंबड्या पाळून आहेस का तू?"

"मी नाही, साहेब... त्या कोंबड्या...."

"बोल बोल, गप्प का?"

"नाही, साहेब... पण...."

“बोल, बोल....”

“सांभाळून घ्या, साहेब. बायकोनं चूक केली – माज्या माघारी साहेब, सरकारी कोंबड्या कापून जेवण केलं आपलं!”

“गाढव, बेशरम....”

लाह्या उडाव्यात तसा साहेब बोलला. पाटलानं टांग्यांतल्या साहेबाला साष्टांग नमस्कार घालून विनवणी केली, “सांभाळून घ्या, साहेब.”

“काय सांभाळू रे, आं? आता कलेक्टर मला सोलून खाईल, त्याला काय करू?”

“माझी चूक नाही, साहेब. बायकोनं कावा केला. मला माहीत नव्हतं... सांभाळून घ्या एकवार!”

“भान्चोद! वर बोलतोस आणखी? तुझ्या बायकोला अक्कल नाही, याचा त्रास मला का? आं?”

टांगा पुढं आणि पाटील मागं. साहेब शिव्या देई आणि पाटील पाया पडे. असा प्रकार मैलभर चालला. शेवटी साहेब म्हणाला, “जा-जा आता माघारी. अर्ज कर माझ्याकडे... कोंबडी रोगानं मेली, म्हणून. मी शेरा देतो... जा. गाढव, बेशरम!”

■

‘मौज’ साप्ताहिक

न्याय

चांदणी उगवली. गारवा झोंबू लागला. मारुतीच्या देवळात खाली-वर घोंगडं घेऊन झोपलेला सता जागा झाला. देवळात अद्याप अंधार होता. रात्री गप्पा हाणता-हाणता बरीच रात्र झाल्यावर तिथंच मुरगळलेली आणखी चार-चौघं उठून गेली होती की, अद्याप झोपलेली होती, हे कळायला मार्ग नव्हता.

अंधारातच बसकण मारून त्यानं उशाशी घेतलेलं मुंडासं उचललं. कोपऱ्यानजीकच्या कोनाड्यात ठेवलेल्या वहाणा घेतल्या. घोंगड्याचा गळाठा सावरीत, खोकरीत-खाकरीत तो पायऱ्या उतरला आणि रानाकडे चालू लागला. घोंगड्याची खोळ पांघरूण, तोंडात तमाखू धरून.

काळ्या रानातून जाणारी पाऊलवाट संपून त्याचं रान आलं, तेव्हा दिशा उजळल्या होत्या. रानचिमण्या अंगावरची पिसं चोचीनं उकरीत होत्या. कुलूकुलू बोलत होत्या. जोंधळ्याची ताटं धुकं पांघरूण उभी होती. त्यांच्या डोक्यावरची कणसं गारठून आकसली होती.

बांधा-बांधानं तो चालू लागला. सगळ्या शिवाराचा त्याला कडवेढा आणायचा होता. रातोरात कुणी बाटूक नेलंय का काय, ते बघायचं होतं.

पलीकडच्या बाभळीवरून लांड्यांचा एक छोटासा थवा भिर्रकन आला आणि कणसांवर बसला. त्यासरशी सता झटक्यानं खाली वाकला. हाताला आलेला धोंडा उचलून घेऊन त्यांच्यावर भिरकावून ओरडला, "हां... हां... हैय... लांड्या, लांड्या, लांड्या, हा...."

शेजारच्या ताटावर धपकन धोंडा पडताच लांड्या उडाल्या आणि पसार झाल्या.

– आणि एकाएकी त्याच्या ध्यानात आलं. तो पुढं झाला आणि नीट बघू लागला. त्याची खात्री पटली. तो चिडला आणि कुणाला तरी उद्देशून त्यानं फडाफड चार ओंगळवाण्या शिव्या घातल्या.

पिकाचा एक ढोबळाच्या ढोबळा जनावरांनी खाल्ला होता. तुडवला होता. नासाडी केली होती.

पिवळ्या-पिवळ्या उन्हाच्या प्रकाशात खाली वाकून त्यानं रान तपासलं, तेव्हा जनावरांच्या पायांचे खूर दिसले. ते पाहून तो त्रासला आणि पुन्हा त्यानं शिव्या घातल्या – नाव माहीत नसलेल्या त्या इसमाला! मुद्दाम, खोडसाळपणानं कुणी तरी रात्री बैलं चारली होती. सता लेंगऱ्याचं सात-आठ पायलींचं नुकसान केलं होतं. मग त्यानं का चिडू नये? का शिव्या घालू नयेत? स्वत:ची बैलं जोगावण्यासाठी, हिरवी वैरण खाऊन तुस्त होण्यासाठी रात्री-अपरात्री एखाद्याच्या भरल्या पिकात ती सोडणं, ही गोष्ट का चांगली? सता कुणाच्या अध्यात ना मध्यात. हाडाची काडं करून, रक्ताचं पाणी करून त्यानं पिकवलेलं धन असं चोरापोरी का जावं? जोंधळा दृष्टीस पडत नाही, कडब्याचा भाव सोन्याइतका चढलेला; अशा स्थितीत सात-आठ पायलींचं नुकसान झाल्यावर मालकाला काय वाटेल? चांगला भरण्याचा शेतकरी असता, तर सताला त्याचं काही वाईट वाटलंही नसतं! पाखरांनी खाऊन नाही का नुकसान होत? पण तसं नव्हतं. त्याच्या जमिनीचा एवढा-एवढासा तुकडा. त्यात राब-राब राबावं, तेव्हा कुठं सालभर पुरतील, एवढे जोंधळे होणार. घरात खाणारी तोंडं दहा. शिवाय तेल आहे, मीठ आहे, मिरची आहे. त्यासाठी शेरमापटं जोंधळे वाण्याघरी जात राहणारच. ते या सालाचे त्या सालात पुरेपर्यंत मारामार. मग? आज गप्प बसलो, तर उद्या सगळं पीक उभं कापून नेतील रातीतून. मग काय खावं कशावर जगावं? माती खावी, का वाऱ्याकडं तोंड करून जगावं? का बिबे घालावेत पोटाला? का काटे भरावेत? काय, करावं काय? का म्हणून माझं नुकसान? का म्हणून माझ्याच रानात ही धाड? का?

त्या रागाच्या सपाट्यात, त्या तिरीमिरीत, सता पाखरं राखण्यासाठी थांबला नाही. थेट गावात आला. वाटेनं पुटपुटत आणि बडबडत, हातवारे करीत थेट गावात आला.

महारवाड्यावरून जाताना आकण्या महार भेटला. दोन्ही हात काखेत दाबून तो उन्हात उभा होता. रात्रभर थंडीत थिजलेलं अंगातलं मांस ऊन करीत होता. सताला बघताच तो म्हणाला, "ज्वा ऽऽ र."

त्यासरशी सता त्याच्यावर उसळला.

"काय ज्वाऽऽर? लेको, तुमी माजलात. तुमाला कुनाची जरब वाटंनाशी झाली. दिवसाढवळ्या चोऱ्या करायला लागला रं तुमी! अरं, पोटाला न्हाई, तर मागून घ्यावं; पन चोऱ्या का? कशापायी? मागितल्यावर कोन न्हाई

म्हनतंया? का तुमाला शेर-आडशरी दिलं, म्हणून आमची दौलत जातीया व्हय? आं?''

या अचानक भडिमारानं आकण्या गोंधळला.

''अवं, पर का झालं, जी? कुनी केली चोरी?''

''तुला कुठलं ठावं असतंय? – आन् असलं, तरी तू कुठला सांगायला! बराय मर्दानूं, नका सांगू. पन ध्येनात धरा, कवा तरी बाह्यार पडंलच.''

या गोंधळानं आणखी चार-दोन महारं उठून आली आणि ''काय? काय?'' म्हणून पुसू लागली. पण सता थांबला न्हाई. पुढंच झाला आणि रामोशवाड्यापाशी येऊन त्यानं हळी ठोकली.

''अरं, नाईक... कोन हाय का ठिकान्यावर?''

नामज्या नाईक आपल्या घरापुढल्या अंगणात दोपायांवर बसला होता. त्याच्या तळहातात एक भाकरी आणि हरबऱ्याची भाजी होती. तोंडात घास होता. हळी ऐकताच तो त्यानं गटकन गिळला, आणि भाकरी तशीच हातात घेऊन उभा राहत तो ओरडला, ''मी नामज्या हाय, जी.''

– आणि तसाच बाहेर आला.

त्याला बघताच सता म्हणाला, ''भाकरी खात हुतास का?''

''व्हय जी!''

''खा. आन् पानी पिऊन ये. तोपतूर मी हाय हतं.''

''न्हाई –'' नामज्या खोटंच बोलला, ''झालीया खाऊन माजी. पानी पिऊन आलोच.''

– आणि माघारा पळाला. भाकरी ठेवून आणि पाणी पिऊन आला. धोतराला हात पुशीत म्हणाला, ''बोला, काय हुकूम हाय?''

''माजं समदं पीक कुणी बैलाला चारलंय. तुमी काय गाजरं खात बसता का?''

सताची दटावणी खरी होती. कारण गावात चोरी-दरवडा झाला, तर त्याची जबाबदारी रखवालदार रामोश्यावार असते. गावाची राखण त्याच्या शिरावर असते.

''खरं म्हनता का? कितीसं खाल्लंया?''

''चल, तुज्या नजरंनंच बघ आन् मला पत्त्या लावून दे. न्हाई तर तू दे समदं नुकसान भरून!''

नामज्या आणि सता एकापाठोपाठ एक असे रानात गेले. बांधावर उभं राहून खाल्लेल्या पिकाकडे हात फेकून सता म्हणाला, ''बघ, काय थोडा

अजोरा हाय ह्यो?"

नामज्या पुढं झाला. बारकाव्यानं त्यानं जमीन न्याहाळली. चघळलेली चिपाडं बघितली. आणि मग तो बोलला, "बैलं न्हाईती, बरं का. कालवडीचं काम हाय हे. लहान खूर दिसत्यात न्हवं? आन् कनसंबी ताट मोडून मगच खाल्ल्यात!"

– आणि आपलं म्हणणं सताला कितपत पटलं, हे पाहण्यासाठी त्यानं त्याच्या तोंडाकडे नजर लावली.

सता म्हणाला, "एक कालवडच हाय?"

"व्हय, व्हय, एकाच कालवडीचं काम हाय. गडी मातूर रानात, म्हंजे पिकात शिरल्याला न्हाई. पायतनाच्या खुना काय आत न्हाईत. भायेर उभं राहून त्यानं कालवड चारलीय."

"अरं, मग गावात कालवडी हैत्या कैक. अमकीच, म्हणून पत्ता लागावा कसा?"

नामज्याचा चेहरा विचारी झाला होता. तो म्हणाला, "त्याची का काळजी तुमाला? सांजपतूर मी नाव सांगतो, कुनी कालवड चारली ते."

"ठीक. बघू तुझं कसब. मग पुढचं माज्याकडं लागलं."

"बघा."

सता पिकाच्या उसाभरीस लागला आणि नामज्या कालवडीचे खूर अन् पायतणाचे माग यांचा मेळ शोधीत रानं धुंडाळीत हिंडू लागला.

दिवस मावळायच्या सुमारास नामज्या रानात आला आणि म्हणाला, "लागला बरं का पत्त्या चोरट्याचा!"

"कोन, रं?"

"हऱ्या मांग."

"आं? ते रं कशावरनं?"

"अगदी बराबर हाय. कालवड त्येनंच चारली!"

"अरं, पण त्येच्यापाशी एक गायबी हाय आन् कालवडबी. गाय सोडून नुसती कालवड त्यानं कशी आणली चारायला?"

"गाईला तुमच्यातलंच बाटूक उपटून नेलंय् जाताना कवळाभर!"

"खरं?"

"अगदी खरं!"

"मला पटवून दे!"

"हे बगा – खूर बारीक हुतं, का न्हाई? मग ती कालवडच. एवढं तर तुमाला पटलं? आता कालवड आत पिकात शिरल्यावर जात्यावक्ती तरी तिला धरन्यापायी गडी आत शिरला असता, का न्हाई?"

"व्हय, त्याबगार जनावर नेणार कसा?"

"हांगं अस्सं! आन् तुमच्या रानात तर पायतनाचा माग नव्हता. गड्यानं कालवड भायेरनंच बोलावून घेतली असली पाहिजे. आन् अशी 'ये' म्हनल्यावर येनारी कालवड हऱ्याची हाय, हे तुमाला ठावं हाय!"

"व्हय. म्होरं?"

"पायतनाचा आन् खुराचा संगं-संगं माग बघत मी त्या दिशी गेलो, तवा जागोजाग बाटकाची ताटं धावली. ती हऱ्याच्या कवळ्यातनंच पडली असली पाहिजेत. आन् मी त्येच्याकडं शेन आनन्यापायी माज्या बायकूला धाडली. ती शेन घेऊन आली, तर त्यात सगळं कवळं जोंधळं! बोला, मग हऱ्याशिवाय हे काम दुसरं कुनाचं? अन् मागसुदीक त्येच्याच खोपटापाशी आनून भिडवलाया मी!"

"मग गड्या, पटलं. हऱ्याचंच काम!"

चोर सापडल्याचं समाधान सताला झालं. त्यानं आणि नामज्यानं चिमूटभर तमाखू खाल्ली आणि पुढचा विचार ठरवला.

"आज घेतो बोलावून देवळापुढं."

"घ्या. तो तसा 'व्हय' म्हनायचा न्हाई, पर...."

"कसा म्हनत न्हाई, बघतो की. पायरी शीव म्हनतो मारुतीची – मग?"

"ते बगा आता तुमचं तुम्ही. आमचं काम आमी बजावलं!"

"बजावलंस गड्या!"

मग सता उठला. नामज्याही उठला. जाता-जाता कवळाभर बाटूक त्यानं मागितलं. सतानंही दिलं. नामज्याच्या घरी काही जनावर नव्हतं. पण बाटूक वाण्याला देऊन त्याचं तो काही तरी आणणार होता – बिड्या, तमाखू, गूळ.

रात्री जेवणखाण आटपून हऱ्या मांग भिताडाला टेकून बसला होता. चिलीम ओढत होता. त्याची हरदमख्याल बायको आज रात्री कुणाच्या रानात जावं आणि काय चोरून आणावं, याचा विचार करीत होती आणि एकीकडे तान्ह्या पोराला पाजत होती. हऱ्यासुद्धा चिलीम ओढत गप्प बसल्यासारखा दिसत होता खरा, पण त्याचा डोळा संभा परटाच्या परड्यात होता. तिथं वैरणीची जी गंज होती, त्यातले दहा-पाच पाचुंदे हाणायला हरकत नव्हती.

रात्री-अपरात्री, काट्यांच्या कुडावरून परड्यात उडी मारणं सोपं होतं. आणि मुख्य म्हणजे, संभा परीट आपल्या बायकोसह कुठल्या की जत्रेला गेला होता. तेव्हा त्याला हा पत्ता लागण्याची शक्यता नव्हती.

एवढ्यात बाहेरून आवाज आला, "हरिबा हाय का?"

हऱ्यानं चिलीम विझवली आणि तिरसटून विचारलं, "कोन हाय?"

"मी तराळ हाय. देवळाम्होरं बोलवलंया तुमास्नी!"

"चावडीवर? कशासाठी?"

"काय रं येताळा, काय काम हाय?"

"काय की, जी. मला काय ठावं न्हाई. मंडळी बसल्याती समदी गावातली. आबा पाटलांनी मला तुमास्नी हळी मारायला सांगतलं."

काय काम असेल, त्याची कल्पना हऱ्याला येईना. तरी तो उठला. मुंडासं गुंडाळून बाहेर पडला. तराळाच्या मागोमाग देवळापुढं गेला.

फिकट चांदणं होतं. त्या प्रकाशात त्याला देवळापुढच्या वाळू पसरलेल्या कट्ट्यावर, देवळाच्या पायरीवर आणि जोत्यावर मंडळी बसली आहेत, एवढं दिसलं. कोण-कोण आहेत, हे ओळखू मात्र आलं नाही. तो आपला खाली उभा राहिला आणि मुंडकं वाकवून म्हणाला, "म्हाराऽऽऽज...."

'रामराम', 'रामराम' असे चार-दोन आवाज आले आणि धूर्त हऱ्यानं त्यावरून ताडलं की, आबा पाटील आहेत, पांडू न्हावी आहे, जोतिबा दयाळ आहे. आणि हे तिघे जण गावातले कारभारी आहेत. त्यावर नमूनच तो बोलला, "मी हऱ्या मांग आलुया."

कोणी तरी खाकरलं आणि थुंकलं. आणि एक करडा, हुकमी आवाज बेतानं उठला –

"हऱ्याऽऽ"

"जी?"

"बेस्तरवारी राती घरीच हुतास का?"

"व्हय जी, घरीच हुतो."

"मग कालवड घेऊन कोन, पोरगी गेली हुती, का बायकू?"

जास्तच बुचकळ्यात पडलेला हऱ्या बोलला, "कुठं?"

मग दुसराच एक कावेबाज आवाज ऐकू आला, "अरं, चांदनी उगवायच्या अगूदर कालवड हिंडवून कुणी आनली? तू का तुज्या बायकूनं, का पोरीनं?"

हऱ्याच्या मनात लख्खन प्रकाश पडला. रात्री सताच्या रानात कालवड

चारल्याचं आणि बाटूक आणल्याचं या लोकांना कसं कळलं? बायकूला माहीत नाही, कुणी वाटेत बघितलंही नाही – मग?

त्यानं उडवून लावलं. "राती कोन जातंय रानात? इतकी लाडकी न्हाई माजी कालवड!"

पुन्हा पहिला आवाज आला, "सताच्या रानात जाऊन कालवड चारलीस, का न्हाई?"

"राती घोंगड्यावर पडलो, ते सकाळी उनं पडल्यावर जागा झालो. चार रोज झालं, थंडतापानं बेजार केलंय मला. आन् मी कशाला रातचं रानात जातोया, जी?"

इतका वेळ सता गप्प बसून होता. तो एकदम बोलला, "तसा न्हाई कबूल होनार त्यो. नाकाडावर जोडा द्या एक ठेवून."

त्यासरशी दुसरा आवाज आला, "तसं... तसं नगं, सता. तू गप बस."

– आणि मग पुन्हा दयाळनं विचारलं, "हऱ्या, खरं सांग – कालवड चारलीस, का न्हाई?"

"जी, न्हाई."

"घेतोस लेकराची आण?"

हऱ्याला वाटलं, काय आण वाहिली, म्हणून लेकरू मरत नाही; आणि मेलं, तरी होईल पुन्हा. त्याला काय तोटा? आजची वेळ मारून नेली पाहिजे. तो कळवळ्यानं उत्तरला, "कर न्हाई, तर डर का? लेकराच्यान, मी चारली न्हाई कालवड!"

– आणि सता संतापून उठला. बोलला, "लेका, काय लाज? अब्रू? पोटच्या पोराची आण घेताना काय वाटलं न्हाई तुज्या जिवाला? चोर कुठचा!"

हऱ्यानं त्याला चापला, "येडंवाकडं बोलू नगा. कुनी बघतलंया मी कालवड चारल्याची?"

मग नामज्या उठून उभा राहिला आणि म्हणाला, "हरिबा, लबाड बोलून का मिळतंया? सरळ कबुली द्या. माग तुमच्या घराकडं आलाय!"

पुन्हा दयाळ समजूतदारपणं बोलला, "अरं ये शेन्या, गप सांग, मी चारली म्हणून. तुला कुणी फासावर देत न्हाई. हो मोकळा!"

हऱ्याचं मन डळमळू लागलं. रामोश्यानं माग घरापर्यंत आणला, त्या अर्थी आणखी इतर खाणाखुणा त्यानं हेरल्या असणारच. चुकवाचुकवी करण्यात हशील नाही. प्रकरण अंगाशी बेतंल. पण ओढून तर बघू –

"तुमी सांगत असाल, तुमचा जर आग्रेव असंल... तर मी 'व्हय'

म्हनतो. पर खरं म्हनाल, तर मी कालवड चारली न्हाई!''

मग नामज्या पुढं सरसावला, कारण लबाडी त्याच्यावर शेकणार होती.

''समद्या पांढरीदेखत मी सांगतो की, हेच्या पायतनाचा माग घावलाय. ह्यो लबाड बोलतोय. 'परमान' करायला लावा.''

'प्रमाण' करायला लावा, मारुतीची पायरी शिवून बोलायला सांगा – ही नामज्याची सूचना अखेरची होती. त्याला सतानं दुजोरा दिला.

''हो... हो, करून द्या परमान. मारुतीची पायरी शिवून सांगू द्या, 'मी कालवड चारली न्हाई', म्हणून. तसं जर सांगतलं, तर माजं नुकसान आलं भरून!''

मारुतीच्या पायाला हात लावून खोटं बोलायचं, म्हणजे मोठी आफत. अशी खोटी 'प्रमाणं' केली की, हटकून काही तरी बरं-वाईट होणार. घरातलं माणूस दगावेल, स्वत: मरेल किंवा खोपटला एकाएकी आग लागेल! मारुतीचं हे देवस्थान अतिशय कडक, अशी प्रसिद्धी. गावात काही उदाहरणं तशी घडलेली. या साऱ्या गोष्टी हऱ्याला माहिती होत्या. त्याची त्यावर श्रद्धा होती.

तो काही वेळ निमूट बसला आणि मग पडल्या आवाजात म्हणाला, ''मायबाप, एकवार लेकराला माफी द्या. कालवडी चारलीया मी.''

त्याबरोबर हलकल्लोळ झाला. हऱ्यावर शिव्यांचा भडिमार झाला. तो दयाळानं शांत केला आणि मग तो निश्चयानं म्हणाला, ''हऱ्या, गड्या, अगूदर सांगितलं असतंस; तर माफी झाली असती. पण आता त्याचा उपेग न्हाई. तू दंड भरला पायजेस.''

हऱ्या गयावया करून म्हणाला, ''नगा जी, गरिबाला मारू! मी कुटला आनावा पैका?''

''छ्या-छ्या! ते काय न्हाई; दंड दिला पायजेस. काय हो, मंडळी?''

सर्व मंडळींनी संमती दिली.

''हऱ्या, दंड म्हणून मारुतीच्या तेलाला चार घडं तेल दे!''

''कुटनं इतकं द्यावं जी, गरिबानं? मला खायला आन न्हाई घरात!''

''ते काय चालायचं न्हाई! तेल दिलं पायजेस. बरं का रं, ए बापू गुरव– ते तेल घे उद्या हेच्याकडनं. काय हऱ्या, हाय का कबुली?''

''आता तुमचं मोडून कुटं जावं, जी? देतो, पण जरा सवडीनं घ्या.''

''बराय. जा, सवडीनं दे!''

वाटाघाटी झाली. तंटा मिटला. दंड म्हणून मारुतीच्या देवळातल्या रोजच्या दिव्याला चार घडे तेल देण्याचं हऱ्यानं कबूल केलं आणि सताचं

नुकसान भरून निघालं. गावकरी मंडळीनं योग्य तो न्याय दिला!

मंडळी इतर गप्पा करू लागली, तेव्हा हऱ्या उठला आणि घराकडे आला. अंधारात पटकुरावर पडलेल्या बायकूला म्हणाला, ''भागे, परटाच्या परड्यातल्या वैरणीचा काटा काडायला होवा. दंडाचं तेल दिलं पायजे. वैरण वाण्याच्या दुकानी घालू आन् तेल आनू!''

■

'अभिरूचि' मासिक

म्हाताऱ्या खालानं वाढलेली भाकरी आणि माशाची तिखट आमटी खाऊन पोरांची पोटं तुडुंब झाली. खमिसाच्या बाहीनं नाकं पुशीत आणि तोंडानं हांफूं-फांफूं करीत ती पुढच्या सोप्यात आली. तिथं दिवा नव्हता. पण गुडूप अंधारातही करीमला अंथरूण बरोबर सापडलं. तो आपला एकटाच सारं पांघरूण घेऊन गप्प पडून राहिला.

अब्दुलनं डोळे ताणून बघितलं. पण त्याला करीम आणि अंथरूण दिसलं नाही. अदमासानं चाचपडत जाऊ लागला, तसं जातं खट्‌कन पायाला लागलं. नडगीवर हात चोळीत तो कळवळला, "अगे मा, गे...."

मग छोटी शहजादी अंधारात भ्याली आणि रडायला लागली. तसा अकबर मोठमोठ्यानं हाका मारायला लागला, "करीम, ए करीम...."

मग करीम खुदकन हसला. दोन्ही तंगड्या हवेत उडवीत म्हणाला, "आगे, आव ना – हतं तर हाय बिछाना!"

तसा सगळ्यांना धीर आला. शहजादी केकाटली, "आमकू दिखता नही..."

करीमनं एक सफाईदार कोलांटी घेतली आणि उठून सर्वांना अंथरुणावर आणलं. लांबच लांब पसरलेल्या सुताड्यावर सगळी पटापट पडली. सर्वांना पांघरायला एकच भलीमोठी पासोडी खालानं तयार केली होती. तिची ओढाओढ झाली. रडारड, आरडाओरड झाली आणि मग सर्वांना नीट पांघरूण मिळालं. शहजादीचे पाय उघडे राहिले नाहीत; पण आपण कडेला राहिलो, म्हणून ती नाखूश झाली. कडेला असलं, म्हणजे भुताला चट्‌कन ओढून नेता येतं! मग कडेला कोण आणि मधे कोण, यासाठी तंटा झाला. अखेर करीम आणि अब्दुल पुस्तकातल्या 'बंधुप्रेम' धड्याप्रमाणं वागले. शहजादी आणि अकबर यांना मधे जागा मिळाली.

अंगात ऊब आली. माशांच्या तिखट आमटीनं पोळलेली तोंडं निवली.

मग अब्दुल म्हणाला, "मी सकाळी वढ्याला जानार. लोटाभर मासं मारून आननार!"

त्याच्या बढाईची अकबरला मोठी मजा वाटली. त्यानं

विचारलं, "गळ न्हाई, जाळं न्हाई – कशानं मारनार?"

"मी खोल पान्यात जानारच न्हाई. एक लांबडी लवचिक सळई घेऊन, धारंत उभं राहीन. असा मासा तळपत आला की, चपकन सळई मारीन!"

अकबरला हे बोलणं पटलं. सकाळी अब्दुल लोटाभर मासं मारून आणणार, याविषयी त्याला शंका उरली नाही. पण शहजादीला शंका आली. तोंडावरचं पांघरूण न काढताच तिनं विचारलं, "अन् तांब्याभर माशाचं कोरड्यास तू एकलाच खानार?"

"हो-हो, मी आन् खाला मिळून खानार."

शहजादीला खूपच वाईट वाटलं. ती चिडली आणि चिमकुरे काढण्यासाठी अब्दुलाचा पाय शोधू लागली.

मग अकबराला एकदम एक कल्पना सुचली. तो म्हणाला, "शाजादी, खाऊ दे त्याला मासं. आपल्या पांढऱ्या कोंबडीला मी आज पसाभर दाणं चारलेत. ती उद्या चांगली चार अंडी घालील. मग आपण खातूनकडनं पोळी करून खाऊ – अं?"

इतका वेळ गप्प असलेला करीम आता बोलू लागला. म्हणाला, "मला एक गंमत ठावी हाय!"

शहजादीनं उत्सुकतेनं विचारलं, "काय?"

अब्दुल म्हणाला, "कळली आमाला."

करीमला एकदम धक्का बसला. आपल्याला ठाऊक असलेलं गुपित अब्दुलला कसं कळलं?

"न्हाईच."

"हो-हो! मला ठावं हाय."

"सांग बघू."

"आपली म्हैस वेनार हाय!"

करीम मोठ्यानं हसला.

"थुत्! ती नव्हंच!"

अब्दुलला आश्चर्य वाटलं. यापेक्षा आणखी कोणती गंमत असणार? आणि ती फक्त करीमलाच माहीत आहे?

"मग काय, सांग बघू तू तरी!"

"हरलास?"

"हो, हरलो."

"मेल्या कुत्र्याचं हाडूक चोखलंस?"

"हो-हो, चोखलं. सांग आता!"

“आरं, चिच्यानं आपलं वरलीकडचं शेत बामणाला इकलंय. त्याचे पोतभर पैशे घरात हैत!”

शहजादी, अकबर आणि अब्दुल यांच्या आश्चर्याला पारावार उरला नाही. पोतंभर पैशे? अगे मा, गे! शहजादीला आपल्या अंधाऱ्या माळीत घातलेला पैशांचा ढीग दिसू लागला. चकचकीत रुपयांचा ढीग! आणि मग ती त्यात कुदू लागली. सुगी झाल्यावर धान्याच्या राशीवर कुदावं, तशी!

अब्दुलनं चिच्याकडून चांगले दोन तांबडे पैसे मागून घेतले आणि ते पेन्सलीच्या भुकट्यानं घासून-घासून चकचकीत करण्याच्या उद्योगाला तो लागला.

अकबरनं चिच्या बाहेर गेल्याचं बघून पोत्याची उसण हळूच उसवली आणि खमिसाचा खिसा भरून पैसे घेऊन तो धूम पळाला. वाण्याच्या दुकानात गेला आणि चांगलं ओटाभर डाळे, चुरमुरे, बत्तासे घेऊन ओढ्यावर गेला. वाळूत बसून सगळे चुरमुरे खाऊ लागला गपागप आणि गोड बत्तासे तोंडी लावू लागला.

करीम चिच्याबरोबर भांडभांडला. म्हणाला, “आमचा बाप मेला, म्हणून तू जमीन विकलीस. माझा वाटा दे.” चिच्या रागावला आणि चिपाडानं बडवू लागला. तसा करीम त्याच्या मनगटाला कडकडून चावला. मग खाला आली. तिनं भांडण सोडवलं. करीमला अर्धपानं पैसे मिळाले. ते घेऊन तो अंड्यांचा व्यापार करण्यासाठी मुंबईत जायला निघाला. गाडीत बसला. झुक्ऽ झुक्ऽ झुक्ऽ झुक्....

गाडी चालू झाली. हादरे बसू लागले. पाळणा हलू लागला आणि मग करीमला झोपच लागली.

तांबडा पैसा चकचकीत करता-करता अब्दुल झोपला.

चुरमुरे खाता-खाता अकबर झोपला.

– आणि पैशाच्या ढिगात कुदता-कुदता दमून शहजादी झोपली.

ती बापावेगळी चार पोरं कुत्र्याच्या पिलांसारखी एकमेकांच्या गळ्यात गळे घालून झोपली – अगदी गाढ झोपली!

मग दंडकीच्या दोन्ही खिशांत हात घालून पायांतल्या नव्या जोड्याला फटाक्ऽ फटाक्ऽ आवाज करीत बाबालाल आला. चूळ भरून खाना खाण्यास बसला. लामणदिव्याच्या उजेडात मटामटा खाऊ लागला. म्हातारी खाला त्याच्यापुढंच बसून राहिली होती. पोराबाळांना जेवण वाढणं, सुनांना रोजचा शिधा आपल्या हातानं काढून देणं, दूधदुभतं सांभाळणं – ही कामं म्हातारी करी. घरकारभार तिनं अद्याप आपल्याच हाती ठेवला होता.

हाताचा मुटका गालावर टेकवून बसल्या-बसल्याच तिनं विचारलं, ''आता भायेर जानार हायेस का?''

तोंडातला घास गिळून बाबालाल म्हणाला, ''व्हय. पलीकडं हमीदभाईच्यात घटकाभर बोलत बसायला जाणार हाय. का गे?''

म्हातारी काही बोलली नाही. पण तिला म्हणायचं होतं की, घरात जड-जोखीम आहे, रात्री फार वेळ बाहेर राहू नकोस. पण बाबालाल शेजारच्या हमीदभाईकडेच जाणार होता – एका हाकेच्या अंतरावर. आणि या खेडेगावात भीती तरी कशाची? चोऱ्यामाऱ्या चुकून कधी आठ-बारा वर्षांतून होत. त्याही कुठं गावच्या आजूबाजूला वाड्या-वस्तीवरच. तिच्या हयातीत तर गावात मोठी चोरी झालेली तिला आठवत नव्हती आणि चोरी व्हावी, असं गावात तालेवार होतं तरी कोण? सगळं गाव गरीब होतं. रानामळ्यात कष्टून पोट भरणारं. खालाच्यात तरी काय होतं? आता बाबालालनं नको म्हणत असताना शेत विकलं होतं, त्यात हजार-बाराशे रुपये घरात आले होते, म्हणून भीती. तेही उद्या दुसऱ्या तुकड्यात विहीर खोदापायी जाणार होते. चार-आठ दिवस, फार तर महिना-पंधरा दिवस जोखीम होती.

म्हातारी म्हणाली, ''वडाराला इसार देऊन टाक. तडाख्यात काळ्या तुकड्यात विहीर हूं दे!''

''देतो तर. उद्या-परवा कामाला सुरुवात करतो.''

''कर बाबा. मळ्याशिवाय कुणबिकी नाही. जिराईत रानाचं काय घेऊन बसलास? पाऊसपानी झालं, तर मूठभर पीक येनार. नाही तर माती!''

''व्हय. त्यासाठीच तर तू नगं-नगं म्हनता मी जमीन इकली. त्यो सगळा पैका हिरीत घालतो. मळा हूं दे झोकात!''

''हूं, दे रं लेकरा. घरात भाजीपाला हुईल. माजी पोरंबाळं हुरडा, शेंगा खात्याल!''

''अगं, गावात समद्यांस्नी मळं हैती; आपल्यालाच नाही. पोरांना काय तरी करून ठेवलं पायजे!''

''व्हय बाबा. कर एकदा बागाईत. मी डोळ्यानं बघीन आन् सुखानं जीव सोडीन.''

अशी प्रश्नोत्तरं झाली आणि जेवण आटोपून बाबालाल बाहेर पडला.

खाला, बाबालालची बायको खातून, पोरांची रंडकी आई जरणा यांनीही उरलंसुरलं खाऊन घेतलं.

पासोड्या विणायच्या मागापाशी घोंगडं अंथरून म्हातारी तपकीर ओढत

बसली – लवकरच होणाऱ्या आपल्या मळ्याविषयी विचार करत.

पलीकडे पोराला पाळण्यात टाकून खातून झोके देऊ लागली. दुसरं तिच्या मांडीवर झोपलं.

जरणानं खरकट्या पितळ्या, तवा, गिलास गोळा केले आणि मागल्या दारच्या आडावर जाऊन ती घासत बसली.

बराच वेळ गेला.

गावातला गलका आता बंद झाला होता. शेजारी हमीदभाईच्या कट्ट्यावर लोक बोलत बसले होते, त्यांचा आवाज येत होता आणि घरामागल्या ओढ्यावर टिटवी ओरडत होती.

पोराला झोके देता-देता खातून पेंगली आणि दुसरं पोर मांडीवर घेऊनच अवघडल्या स्थितीत झोपली.

पाळणा हळूहळू हलत होता. वरच्या कड्या कुर्रकुच्ऽ कुर्रकुच्ऽ वाजत राहिल्या होत्या.

म्हातारीला आता जांभया यायला लागल्या होत्या. जड आवाजात ती खातूनला बोलली, "पहाटं लवकर ऊठ गं. दळायचं हाय." आणि घोंगड्यावर आडवी झाली.

जरणाची भांडीही उजळून झाली. हात-पाय कोरडे करून ती आली आणि पोरांच्या पायथ्याला थोडीशी जागा होती, तिथं लवंडली आणि घोरूही लागली.

म्हातारी अर्धवट जागी असतानाच तिनं बाबालालच्या जोड्यांचा आवाज ऐकला. त्यानं काही तरी विचारलं. तिनं काही तरी उत्तर दिलं. मोठा दरवाजा आतून लावून घेऊन बाबालालनं त्याला कुलूप लावलं. माळीलाही कुलूप लावलं. किल्ल्या उशाशी ठेवून दिव्याला निरोप दिला. 'या अल्ला... या रहीम...' करीत तोही अंथरुणावर पडला आणि झोपला.

अमावस्येची काळी रात्र चांगली रंगली. गडद झाली. अंधाराची जाड घोंगडी पांघरूण बाबालालचं घर झोपलं. आता कुणालाच जाग नव्हती. खुराड्यात पंख पांघरूण कोंबड्या झोपल्या होत्या. दावणीला शेणानं मळलेल्या चिपाडावर रेलून म्हैस झोपली होती. भिंतीच्या कडेला चोपलेलं कुत्रं अंगाचं वेटोळं करून झोपलं होतं आणि सुस्तावलेली मांजरीही चुलवणाशी बसल्या-बसल्याच पेंगली होती. आता कुणालाच जाग नव्हती. कुणीच सावध नव्हतं. दिवसभराच्या श्रमानं सगळे गाढ झोपले होते – अगदी गाढ!

कुत्र्याच्या भुंकण्यानं बाबालालची झोप चाळवली. पडल्या-पडल्याच तो ओरडला, "अरं, हाड्ऽ हाड्ऽ तेरी...."

– आणि दुसऱ्या अंगावर वळून तो झोपला.

म्हातारीनं टक्क डोळे उघडले. कावरीबावरी होऊन ती बघू लागली. अंधारातच मग कुत्रं एकाएकी भयंकर ओरडलं. कंबरड्यात धोंडा बसावा, तसं केकाटलं.

म्हातारीच्या काळजात धस्स् झालं. चट्कन ती अंथरुणावर उठून बसली.

...भिंताडावरून काही तरी खाली कोसळलं. धपाधप आवाज झाले. दुसऱ्या क्षणी अंगणातून वीजबत्ती चमकन पेटली. एक, दोन, तीन! लखलखीत भाल्यांसारखे प्रकाशझोत बाबालालच्या घरात घुसले. तसे म्हातारीनं डोळे गपकन् मिटले आणि भीतीनं किंकाळी फोडली :

"बाबल्याऽऽ अगं, खातूनऽऽ अरंऽ जागं व्हा, जागं व्हाऽऽ"

– आणि मग खाड्कन आवाज झाला. म्हातारीच्या डोस्क्यातनं एक भयंकर कळ उठली. गुं-गुं... कानांत आवाज होऊ लागला. डोळ्यांपुढं हिरव्या-निळ्या चांदण्या चमकल्या. मग ती गुरासारखी ओरडली. पाठीत धोपटी बसलेल्या गाईसारखी हंबरली. तसा दुसरा तडाखा बसला. मागोमाग दबका आवाज आला – "गप, थेरडे! तोंड बंद कर, न्हाई तर जीव घीन!"

पण म्हातारीला ते काहीच ऐकू आलं नाही. गलोलीचा खडा लागलेल्या पाखरासारखी ती कट्कन अंथरुणावर पडली नि तिचे काटकुळे हातपाय थरथर कापत राहिले. तोंडाला फेस आला.

बाबालालच्या छातीवर एकदम भार पडला. डोळे उघडताच त्याला जाणीव झाली की, आपल्या गळ्याला काही गार-गार लागलं. अंधारातच तो ते चाचपून पाहू लागला, तशी त्याची बोटं करकन कापली. हात रक्तबंबाळ झाला. तेवढ्यात कुठून तरी प्रकाशाचा भाला फेकला गेला आणि बाबालालला चक्क दिसलं – अक्राळविक्राळ चेहऱ्यामोहऱ्याचा काळाकुट्ट माणूस त्याच्या छातीवर बसला होता. हातातल्या सुऱ्याचं टोक त्यानं बाबालालच्या गळ्यावर टेकवलं होतं. बाबालालनं डोळे गपकन मिटले. त्याचं अंग एकदम थंडगार पडलं.

वरचा माणूस ओरडला, "किल्ल्या कुठं ठेवल्यास? दे काढून!"

ते ऐकू आलं. किल्ल्या काढून दिल्यावाचून गत्यंतर नाही, हेही समजलं. पण बाबालालचा हात हालेच ना... तोंड उघडेच ना! तसा त्या राक्षसानं एक जबदरस्त ठोसा त्याच्या तोंडावर लगावला आणि एकाएकी बाबालालची गेलेली वाचा परत आली. अंग गरम झालं. डोळे वासून तो भयंकर ओरडला. मग घाईघाईनं प्रश्न आला, "आटप – बोल. का घेऊ जीव?"

"नको... नको. मी पाया पडतो तुमच्या. मला मारू नका... मला नका हो मारू."

आणखी एक ठोसा!

“किल्ल्या काढ. कुठाय पैका?”

“सांगतो... सांगतो –”

मग बाबालालनं थरथरत्या हातानं किल्ल्या दिल्या. बोबड्या शब्दांत पैसे कुठं आहेत, हेही सांगितलं.

“चूप पडून राहा – मेल्यासारखा. हाललास, तर कुऱ्हाडीनं तुकडं करू!”

बाबालाल पडून राहिला – हिव आल्यासारखा थडथडत. डोळे घट्ट मिटून घेऊन पडून राहिला. डोळे वर करून त्यानं बघितलंही नाही.

मग माळीचं दार उघडलं गेलं. धडाधड आवाज होऊ लागले. उतरंडी कोसळल्या जात होत्या. कोनाडे उकरले जात होते.

दोन्ही पोरांना दरादर ओढीत खातून धान्याच्या कणगीच्या आड गेली आणि दुखावल्या मांजरासारखी सांदीला घुसून बसली. पण पोरं किंचाळायची थांबली नाहीत आणि तिला भडाभड ओकाऱ्या व्हायला लागल्या. लुगड्याचा बोळा तोंडात घालूनही त्या थांबेनात. आतडी तुटू लागली.

सोप्यातली पोरं जागी झाली आणि त्यांनी गोंधळ केला. “माऽ गेऽऽ खालाऽ गेऽऽ” करीत ती अंधारात कुणीकडल्या कुणीकडे गेली. करीम जोत्यावरून धाड्कन खाली पडला. अब्दुल धडपडत म्हशीच्या पायांत गेला. तशी तिनं ताड्कन लाथ झाडली. ती पोटात लागली आणि चिपाडाच्या ढिगात पोरगं बेशुद्ध होऊन पडलं. शहजादी पासोडीच्या गळाठ्यात गुरफटली आणि ओरडून, तडफडून तिचा जीव अर्धमेला झाला आणि बिचारी जरणा “माजी पोरं, माजी पोरं,” करीत उगीचच अंधारात चाचपडू लागली.

म्हशीनं दावं तोडलं. लाथा झाडीत ती अंगणातल्या अंगणात धडपडू लागली. तिच्या झपाट्यानं खुराडं कोसळलं आणि भेदरलेल्या कोंबड्या ‘टो-टो’ करीत फडफडू लागल्या. पळू लागल्या.

मग कुणी ठो-ठो बोंब ठोकली. कुणी गहिवर घालून रडू लागलं.

आजूबाजूची कुत्री जागी झाली आणि जोरजोरानं भुंकू लागली. त्या भुंकण्यानं लिंबावर झोपलेले कावळे जागे झाले आणि त्यांनी गोंगाट केला. हे सारे आवाज एकमेकांत मिसळून एकच गोंधळ झाला – एकच गलका झाला.

गावातले लोक जागे झाले आणि बाबालालचं घर पेटलं की काय, म्हणून बघायला आले, धावत-पळत. घराच्या चारी कोपऱ्यांवर चोरटे हातात गोफणी घेऊन उभे होते. पायागती गोट्यांचे ढीग त्यांनी मुद्दाम रचले होते. माणसाचा सावट येताच त्यांनी गोफणींचा मारा चौफेर केला. धडाधड आवाज होऊ लागले.

एका गावकऱ्यापुढं बदकन धोंडा पडला. बरं, नाही तर कपाळमोक्षच व्हायचा. तो विलक्षण घाबरला. गर्रकन् वळला आणि धूम पळाला. पळता-पळता ओरडला, ''अरं, बाबालालचं घर फोडलं रं, चोरट्यांनी!''

– आणि पार मारुतीच्या देवळातल्या गाभाऱ्यात जाऊन मूर्तीच्या मागं लपला.

मग गावातल्या सगळ्यांनाच कळलं की, बाबालालच्या घरावर दरवडा आलाय. सगळ्यांच्याच तोंडचं पाणी पळालं. जो-तो आपल्या घरात कवाड लावून बसला.

म्हातारा बाबू बामण आपल्या अंगणात उभं राहून पाखरं बुजवायच्या चाबकाचे फडाफड आवाज काढीत राहिला. त्याला वाटलं, या आवाजानं चोरटे भितील.

हमीदभाईला राहवेना. तिरीमिरीसारखा तो दार उघडून बाहेर पडला. त्याची बायको ओरडली, ''अवं, तुमी एकलं जाऊन का करताय? नगा जाऊ!''

तरी तो गेलाच आणि एक धोंडा भिरभिरत आला. त्याच्या कानशिलावर बसला, तसा तो खाली पडला.

मग रामोश्यांनी हिंमत केली. हातांत काठ्या, कुऱ्हाडी घेऊन ते धावत, ठेचाळत आले. ओढ्याच्या अंगानं खाली उतरून चोरटे पसार होत होते. ते बघून रामजी ओरडला, ''थूत, भडव्यांनूं! पळता कशाला? ऱ्हा उभं ततं!''

मग तिकडून चोरट्यांनी साद दिला, ''अरं, बायकूचं कुकू पुसून ये.''

– आणि गोफणी सरसावून त्यांनी दगडांचा भडिमार केला. गारा पडाव्यात, तसे गोटे पडू लागले. रामोश्यांची अंगं ठेचून निघाली. तेव्हा तेही धूमतकाट घराकडे पळाले.

रामजी म्हणाला, ''अरं, गडी मायंदळ दिसत्यात – धा-वीस तरी हैती. तेंच्या म्होरं आपलं काय चालनार ऱ्हाई!'

सगळे आपापल्या घरात गेले. सगळं गाव गप्प झालं. भेदरलेल्या सशासारखं छातीचे ठोके ऐकत बसून राहिलं.

शेत विकून आलेले पैसे, दागदागिने, कपडेलत्ते – सगळं घेऊन चोरटे पसार झाले. वावटळीसारखे आले आणि मारझोड, नासधूस करून गरगरत निघून गेले... नाहीसे झाले!

पहाट फुटली आहे. चिमण्या कुलकुलत आहेत. हळूहळू दिसू लागलं आहे. बाबालालच्या घरातली सगळी माणसं एका जागी गोळा झाली आहेत. भीतीनं दबलेले त्यांचे गळे आता मोकळे झाले आहेत. एकमेकांना मिठ्या मारून ती

रडत आहेत. एकमेकांना कुरवाळीत आहेत.

बाबालाल भ्रमिष्टासारखा बसला आहे. लोक पुसत आहेत, "बाबालाल, तुजं काय गेलं? नीट बघितलंस का?"

तो म्हणतो आहे, "बाबांनू, माझं काय सुदीक गेलं न्हाई... काय सुदीक न्हाई!"

चोरी झाली, ती झाली; घर धुऊन निघालं. पण ही गोष्ट चार जणांना सांगावी, तालुक्याला वर्दी द्यावी, तर पस्तावण्याची वेळ यायची. शिपाई-फौजदारांना काम होण्यासाठी पैसे चारायचे, जेवणं द्यायची, तालुक्याचे हेलपाटे करायचे. आपण, आपल्या बायका, सगळ्यांनी कोर्टापुढं जाबजबाब द्यायचे. या व्यापात आणखी कर्ज व्हायचं. रानामाळातल्या कामात खोळंबा होऊन नुकसान व्हायचं. एवढं करूनही चोरीचा तपास लागणार नाही, हे नक्कीच. हे सारं डोक्यात येऊन बाबालाल खोटंच सांगतो आहे, "बाबांनू, माझं काय सुदीक गेलं न्हाई... काय सुदीक न्हाई!"

■

'मौज' साप्ताहिक

बेत

महारवाड्यातल्या आपल्या खोपटाच्या भिंतीला लागून संद्या बसला होता. शेजारी इटुबाही बसला होता. दोघांचीही अंगं उघडी होती. कमरेभोवती गुंडाळलेले हात-दोन हात धडपे सोडले, तर दोघांचीही अंगं उघडी होती. ऊन मोठं गमतीदार लागत होतं. अंगातलं मांस गरम होत होतं.

संद्या चाळीस वर्षांचा होता. रुंद खांद्याचा आणि खुजट. त्याच्या गालांची हाडं वर आली होती. डोळे बारीक होते. ओठावर ओठभर मिशा नव्हत्या. दोन्ही कडांना चार-चार करडे केस होते. चालताना तो नेहमी खाली मान घालून चाले आणि आपल्या बारीक डोळ्यांनी अस्वस्थपणे इकडे-तिकडे बघे.

संद्यापेक्षा इटुबा दोन-तीन वर्षांनी मोठा होता. हाडापेरानं लांबार होता. रंगानं ठार काळा होता. तो चालताना लांबलचक ढांगा टाकी आणि डावा खांदा उडवी. जेव्हा तेव्हा थुंके.

काळ्या तुकतुकीत पाठीवर उन्हाचा चपाटा लागून ती खाजू लागली, तेव्हा संद्या हालला. उफराट्या हातानं पाठ ओचकारीत म्हणाला, "इटुबा...."

– आणि तेवढ्यावरच थांबला. बोलताना नेहमी सावकाश बोलण्याची त्याची ढब होती.

इटुबा गुडघ्याला हाताची मिठी घालून खाली बघत बसला होता. आपल्या पायांवरच्या टरारलेल्या शिरा न्याहाळून मनाशी म्हणत होता, 'च्या बाइलीला, खान्यापेन्याच्या आबाळीनं गडी खराप झाला. पायांवरल्या शिरा पाक दिसाय लागल्या.'

ध्यानात आलं, तेव्हा मान वर करून त्यानं बघितलं. संद्याचा निबरट चेहरा कावेबाज झाला होता. मघा सुरू केलेलं वाक्य त्यानं पुरं केलं, "...गड्या, काय तरी वशीट खाया होवं. जीब आळणी झालीया माजी!"

इटुबा भुकेनं नेहमी हाडाडलेला असे. काम करायचा त्याला कंटाळा होता. त्याची त्रेपन्नटिकली बायको लांड्या-लबाड्या करी. बारीकसारीक कामं करून पसाकुडता मिळवी. त्यावरच तो जगे. बायकोची शिवीगाळी कोडग्यासारखी ऐकून घेई आणि आडोशाची जागा बघून ताणून देई.

संध्याच्या बोलण्यावर तो पिवळे दात दाखवून हसला. बोलला, "भाकरीचा टुकडा मिळणं मुश्कील आन् वशीट कुटलं खातुयास बांबलीच्या!"

हे खरं! भाकरीचा तुकडा मिळणं मुश्कील होतं. सुगी-सराई लांब होती. पसाभर जोंधळे बाजारात नेले की, रुपया येत होता. त्यामुळं चांगलं भरण्याचे कुणबीदेखील दारात आलेल्या म्हारापोरांना, पदरात काही न टाकता हुसकून लावत होते. मग कोंबडी किंवा बकरं मिळणार कुठनं?

बूड उचलून संध्या चवड्यांवर आला. थोडा पुढं सरकला आणि बोटं नाचवीत म्हणाला, "अरं, साकरंचा खानार, त्याला देव देनार! फाकड्याच्या जिवाला वाटलं, ते खाल्लंच, म्हणून समज!"

संध्या अल्पसंतुष्ट होता. सावध होता. एखादा कपडा, भांडं, भाराभर वैरण, लाकूड, कोंबडी – असल्या फालतू वस्तूंवरच त्याचा डोळा असे. मोठ्या बिलंदरपणं, सावचित्तपणं तो त्या लांबवी. कधी त्याची चपळाई उघडकीला येई. गावातला एखादा शेतकरी चार शिव्या हासडी. ताकदीनं भारी असला, तर दहा-पाच लाथा घाली. पण एवढी किंमत काही जास्त नव्हे!

संध्याला एवढ्या जोरानं बोलताना ऐकून इटुबाचा मुखवटा विचारी झाला. अदमासानं त्यानं खडा टाकला, "अमीनभाई मुलान्याचा इलायती कोंबडा हेरला हैस जनू? पर संबाळ लेका – घावलाबिवलास, तर जित्ता सोडायचा न्हाई त्यो लांडभाई!"

"अरं, सोड! घावायला काय कच्च्या गुरूचा चेला न्हाई मी. चालता-चालता काटा काढीन कोंबड्याचा!"

इटुबा हरकला. कारण त्याचा होरा अचूक निघाला.

"कसं वळकलं?"

"काय?"

"अरं, चोराच्या वाटा चोरालाच ठाव्या!"

"ऐरं चोर! अरं, चोरी करावी मर्दानं! तुज्यावानी मिलमिश्याचं काम न्हवं ते!"

इटुबाचा चेहरा पडला. चोरी-दरोड्याच्या गोष्टी त्याला जमण्यासारख्या नव्हत्या, हे खरंच. पण नेटानं तो बोलला, "आपन न्हाईच तसलं. गळ्यात माळ हाय माज्या. हरामी व्हनार न्हाई आपल्या हातनं!"

"आन् हाडकीहडुळकी करतोस, ते रं?"

"त्याला काय बाट हाय? आपला धंदाच त्यो! पर खान्यावक्ती माळ मातूर गळ्यातनं काढून ठिवतो, बरं का!"

संध्यालाही हे पटलं. मेलेल्या गुरांना ओढणं, फाडणं, त्यांचं मांस खाणं –

हा धंदाच. तो करायला पाहिजे. गळ्यात पंढरीची माळ असली, म्हणून काय झालं? त्या वेळी ती काढून दूर ठेवायची, म्हणजे भागलं! इटुबा एवढं पाळत होता, हेही एकपरीनं विशेषच होतं!

संद्या आणि इटुबा हे सहसा सच्चेपणानं वागत नसत आणि ते त्यांच्या फायद्याचं होतं. सच्चेपणानं वागणं हे गैरफायद्याचं ठरावं, असंच त्यांचं जीवन होतं. फौजदारी कायदा, नीती, मालमत्तेचे हक्क – या शहाण्या लोकांच्या मते, आयुष्यातल्या प्रत्येक क्षणी लक्षात ठेवल्याच पाहिजेत, अशा गोष्टी ते कधीही लक्षात घेत नसत.

मग संद्याचा निश्चय ऐकून इटुबाच्या तोंडालाही पाणी सुटलं आणि लाचारीनं तो म्हणाला, "संदीपान, मलाबी खाऊन लई दीस झालं. गेल्या चार-आठ महिन्यांत गावात जनावरच मेलं न्हाई!"

एवढं बोलून जरा वेळ तो गप्प राहिला आणि मग विलक्षण धांदरटपणानं बोलला, "बग गड्या, उडव मुलान्याचा कोंबडा! आँ?"

संद्याचा चेहरा विचारी झाला होता. काळजीच्या स्वरात त्यानं उत्तर दिलं, "कोंबड्याचं न्हाई जमायचं, इटुबा!"

"का रं? अरं, उद्या अमुशा. भल्या रातीला जाऊ आन् वडू खुराड्यातनं कोंबडा! मुलानी न्हाई सावध हुयाचा. येड्या, बिबी हातरुनात याचं टाईंब ते!"

"अरं पन गाडवीच्या, एक कोंबडा आनून कुनाच्या नाकाला लावतूस? तुज्या माज्या घरात मिळून माणसं धा. काय वाटनीला येणार? आडजीब माखली आन् पडजिबीनं बोंब ठोकली – असं हुयाचं!"

"घरात आनायचाच कशाला? दोघं रानातच शिजवू आन् खाऊ!"

इटुबाची ही कल्पना एरवी सांद्याला पटली असती. नाहीतरी चोरीचा कोंबडा घरात शिजल्यावर बोंबाबोंब होणारच. तो रानातच शिजवणं योग्य. दहा माणसांत गवगवा होता कामा नये. पण....

"इटुबा, इतक्या वाडूळ बोललू न्हाई, पर आता सांगतू... आरं, अस्तुरी पोटुशी हाय. तिला खावं वाटतंया!"

हा असा तिढा होता! संद्याची काळीबेरी बायको फार दिवसांनी पोटुशी राहिली होती. आणि तिला काय-बाय खावं वाटत होतं. रानातली खरपूस काळी माती, कारलं, वाळुक, भजं, शेव – नाना पदार्थ खावे वाटत होते. काल रात्री फतकल घालून ती बसली होती. बसल्या-बसल्याच संद्याला टुकडा वाढत होती. वाढता-वाढताच एकाएकी बोलली होती, "गावातल्या जित्राबांस्नी बी रोगडा येईना. मला कोरड्यास खावं वाटतंया, वासना झालीया."

– आणि मग संद्यानं तिला सांगितलं होतं, "मी काय तरी येवस्ता करतो."

पोटुशीपणाची ही भानगड ऐकली, तेव्हा इटुबा मनी उमगला. बोलला, "संद्या, गड्या, मग मातूर मोठं जित्राब पायजे. अरं, कोंबड्यानं ऊदबी जळायचा न्हाई. समदा महारवाडा जेवला पाहिजे!"

उनाचा चपाटा आता भलताच लागू लागला होता. ते खाण्यातला गोडवा निघून गेला होता. मारुतीच्या देवळापाठीच्या लिंबाखाली जावं आणि गार सावलीत ताणून द्यावी, असा विचार एकाएकी इटुबाच्या मनात आला. तो न बोलता उठला आणि बगळ्याच्या पायानं लांबलचक ढांगा टाकीत गेला!

संद्या उगाच मान खाली घालून बसला होता. मनातल्या मनात काही तरी तंत्र जुळवीत होता. इटुबा उठून गेल्याचं त्याच्या ध्यानात आलं, पण तिकडे त्यानं बघितलंही नाही. जरा वेळानं तोही उठला. बाजूच्या फुपोट्यात थुंकला आणि तरसासारखी खाली मान घालून कुठं तरी गेला!

गणा पाटलाचा खोंड मेल्याची बातमी लगेच सगळ्या गावात झाली. जो-तो हळहळला, कळवळला. पाटलाच्या खोंडासारखा खोंड गावात नव्हता. रंगानं कोसला, अंगानं भरला, अक्कडबाज शिंगांचा. पाटलाचा त्याच्यावर भारी जीव होता. लोखंडाच्या पाटीतून पाटील त्याला वरचं दूध पाजीत. हिरव्या कडब्याशिवाय त्याच्यापुढं चिपाड टाकीत नसत. ठाणावर बांधलेला तट्टासारखा हा कोवळा खोंड रानातल्या झोपडीपुढं सावलीला बांधलेला असे. गणा पाटलाची त्याच्यावर लेकरागत माया होती. असा हा खोंड काही आजारी नसता, एकाएकी मेला!

खोंड मेल्याची बातमी समजली आणि महारवाड्यातली महारं घारवंडासारखी पाटलाच्या वस्तीपुढं उरतली. त्यांत संद्या होता, इटुबा होता.

पाटलाचा जाणता पोरगा खोंडाच्या तोंडावरून हात फिरवीत म्हणत होता, "अरं, तुला कंदी चार बोटानं शिवलं न्हाई! अरं, तू माज्या घराम्होरं हत्तीवानी सोबत हुतास!"

त्याच्या डोळ्यांतून धारा वाहत होत्या. पाटलाची धाकटी पोरगी गळा काढून रडत होती. पाटलाचं कर्दनकाळ कुत्रं कुणावर न भुंकता उगीच बसून राहिलं होतं. स्वत: पाटील डोईवरचं पागोटं गुडघ्याला अडकवून बसले होते आणि पाटलीण त्यांना सारखी म्हणत होती, "अवं, पोराला समजावा की – कवाधरनं रडतंया!"

पाटलिणीचे हे शब्द अंगणात गुडघे मोडून बसलेल्या संद्यानं ऐकले आणि जागचा उठून तो खोंडापाशी गेला.

मान हलवून चुकचुकला आणि डोळ्यांत पाणी आणून पाटलाच्या पोराला

बोलला, ‘‘झाली गोष्ट होऊन गेली. रडून ते का माघारी येतंया का, जी? उठा, न्हेऊ द्या आमाला आता!’’

दु:खानं वेडा झालेला पोरगा डिवचलेल्या नागासारखा अंगावर आला. ओरडला, ‘‘तुमी चालतं व्हा भडव्यांनू! माझा खोडं द्याचा न्हाई तुमाकडं. तुमी शिवू नका त्याला. मी माज्या पोरावाणी हातानं माती दीन त्याला!’’

हा भडिमार ऐकून संद्यानं चेहरा अपराधी केला, पण तो जागचा हलला नाही. उलट, पाटलाकडं मुखवटा फिरवून बोलला, ‘‘आता जी, पाटील! सांगा की हेस्नी काय – माझ्याच अंगावर येत्याती!’’

पण पाटील उत्तर देण्याच्या आत पोरगा कडाडला, ‘‘तू हातनं जातूस का न्हाई संद्या? इनाकारनी माजं पित्त खवळू नगंस!’’

समोर आशेनं बसलेल्या महारांत पुटपुट चालू झाली. इटुबा मनी चिडला. त्यानं सारे बेत आखले होते. पाटलाच्या खोंडातला मोठा वाटा तो घरी नेणार होता. जनावर ओढून टाकण्याबद्दल पाटलानं घातलेले जोंधळे नेणार होता. त्याची सुगरण अस्तुरी भल्या मोठ्या भांड्यात कोरड्यास शिजवणार होती. ते मनसोक्त खाऊन हा लिंबाच्या सावलीला जाऊन झोपणार होता. पाटलाच्या पोराला अक्कल नव्हती! असला सोन्याचा घास तो मातीत घालणार होता.

भान न राहून इटुबा ओरडला, ‘‘काय, येडं का काय तुमी पाटील? आशेनं बसलुया आमी. आमच्या मुखात जाऊ द्या की घास!’’

इतका वेळ पाटलाच्या खोंडाचं एक मनगटासारखं गुडसं दोन्ही हातांत मकेच्या कणसागत धरून त्यावरचं मांस दातलणारा किस्ना सावरून बसला. म्हणाला, ‘‘व्हय, व्हय! सोन्यासारखा खोंड का मातीत घालता? होऊ द्या आमास्नी मेजवानी!’’

– आणि मग मात्र पाटील, पाटलीण आणि पाटलाचा पोरगा यांनी गहजब केला.

‘‘अरं, मानसं म्हनावं का राकीस रं तुमाला? आमचं काळीज फाटलंया आन् तुमी मेजवानीच्या भाषा बोलताया, आं?’’

असं ओरडून-ओरडून पाटलांनी सगळी महारं हाकलून लावली. पोरानं संतापानं त्यांच्यावर ढेकळं फेकली. आणि त्यासरशी गरिबासारखा बसलेला कुत्रा चवताळून त्यांच्या अंगावर गेला. किस्नाच्या कमरेचं अपरं धोतर त्यानं फाडून टाकलं!

ओंगळ शिव्या देत महारं पळाली आणि पडलेल्या चेहऱ्यांनी महारवाड्यात आली.

महारणींनी सर्पणकाटकी जमवून ठेवली होती. मीठमिरची, सौदा गोळा केला होता; त्यांची विलक्षण निराशा झाली. कडाकडा बोटं मोडून त्यांनी पाटलाची आई-माई उद्धरली.

इटुबा खाली मान घालून आपल्या खोपटात गेला, तेव्हा त्याची बायको वसकन अंगावर आली, "हात्, मुडद्या! कशाला आलास अपेशी तोंड घिऊन?"

मग तो घरात ठरलाच नाही. संद्याकडं आला. आजूबाजूला कुणी नाहीसं बघून त्याला म्हणाला, "संद्या, पाटलाच्या पोराला वहीम आला का रं आपला? खोंडाला ईख चारताना त्यानं बघटलं का?"

"न्हाई, मी मध्यानरातचा गेलो हुतो. त्यानं बघटलं न्हाई मला!"

"गड्या, हे काम वाईट झालं आपल्या हातनं! पाटील लई कळवळला. आन् केल्यासारखं काय मिळालं बी न्हाई. मुखात घास गेला न्हाई!"

संद्या काहीच बोलला नाही. काही वेळ इटुबाही गप्प राहिला. आणि मग एकाएकी घाईला येऊन बोलला, "बरं, मग मुलान्याच्या कोंबड्याकडं कवा बघायचं?"

■

सत्यकथा

वहाणा

सकाळच्या प्रहरी पांडा घराबाहेर पडला आणि व्हरलवाड्याच्या दिशेनं चालू लागला.

अंगाचं वेटोळं करून उकिरड्यात पडलेलं त्याचं कुत्रं उठलं. जबडा वासून, पाय तणावून त्यानं आळस दिला आणि पांडाची पाठ घेतली. सदा भुकेनं हाडाडलेलं, चोपलेलं हे लांबोडकं जनावर पांडानं पाळलं होतं. कुत्रं पाळण्याची त्याची ऐपत नव्हती. त्याला दिवसाच्या दोन भाकरी कुणी घालाव्यात? पण या जनावराचा आणि पांडाचा पूर्वजन्मीचा लागाबांधाच. ते बिचारं एरवी पांडाच्या घरी असे, रानामाळांत सोबतीला असे आणि भुकेच्या वेळी मात्र दुसऱ्याच्या दारात जाऊन उभं राही. मिळेल तो ताकडातुकडा खाऊन भूक भागवी. आपल्या पोटाच्या बाबतीत त्यानं धन्याला कधीच तोशीस दिली नाही.

हातात तुटक्या वहाणा घेऊन पांडा व्हरलवाड्यात शिरला आणि गोपा व्हरलाच्या खोपटाशी आला. गोपा अद्याप कामाला लागला नव्हता. तुटक्या जोड्यांचा ढीग, आरी, टोच्या हा त्याचा सरंजाम अद्याप बाहेर मांडलेला नव्हता.

मेढीशी लागून पांडा उभा राहिला आणि हलक्या आवाजात त्यानं हळी मारली, "गोपानानाऽ हो गोपानानाऽऽ"

पोटाच्या भकाळ्या गेलेलं पांडाचं कुत्रं धुळीत टेकलं; कानाच्या कोक्यांत शिरलेल्या गोमाश्या झाडू लागलं.

हातातील वहाणा एकमेकांवर घाशीत व्हरल बाहेर येण्याची वाट पांडा बघू लागला.

थंडीचे दिवस. गावावर धुकं पसरलं होतं. कानांचे चोबे आणि नाकांचे शेंडे गारठून दुखत होते.

घोंगड्याची भाळ भरून माळीच्या बुटक्या दारातून गोपा बाहेर आला. तोंडावरचं घोंगडं बाजूला न करताच त्यानं डोळे उडवले.

तोंडातून आवाज आला नाही, तरी डोळ्यांची बोली पांडाला समजली. तो उत्तरला, "अशासाठी आलो होतो गोपानाना, वहाणा पार तुटल्यात. त्याच्याकडं बघा थोडकं!"

– आणि हातातील वहाणा त्यानं गोपापुढं टाकल्या!

मग मात्र गोपाला बोलणं भाग पडलं. तोंडावरचा बुरखा काढून तो टक लावून वहाणांकडे बघू लागला आणि मग कसंनुसं तोंड उघडून बोलला, "हं! कशाला आनलं जी, हे?"

त्याच्या स्वरातील बारकावा पांडाला उमगला आणि तो हिरमुसला.

हातातील चुरा झालेल्या वहाणा खाली टाकून गोपानं मान हलवली.

"ह्या! काही उपेग हुनार न्हाई!"

पांडा अजिजीच्या स्वरात बोलला, "तसं नका. हिंडावं लागतं गुरामागं रानामाळातनं. काटं लागत्यात. बघा, चार टाकं घाला."

गोपाचा आवाज चढला. वहाणा उचलून कुत्र्याच्या दिशेनं उडवीत तो म्हणाला, "कुत्र्यापुढं टाकून बघा, तेसुद्धा तोंड लावनार न्हाई!"

वहाणा पुढ्यात येऊन पडल्या, तसं पांडाचं हडकुळं कुत्रं लटकन हललं. अल्लाद उडी मारून पलीकडे पळून गेलं. लांब उभं राहून व्हरलाकडे बघू लागलं.

पांडा पुढं झाला आणि धुळीत पडलेल्या वहाणा उचलून घेत म्हणाला, "तसं नका, बघा चार टाकं घालून. आज खोळंबा हाय. पाटलाची गुरं सोडायला जायाचं हाय. उशीर झाला."

"अरिबा, बरी चिमट लावलीय की! चुरा झालाय पार. त्याला टाकं घालून काय करू म्हनता?"

गरजू अन् गरीब पांडा खजील झाला होता आणि उर्मट गोपा व्हरल त्याला जास्तच बोचीत होता.

"दुरुस्त हुनार न्हाई ते माझ्या हातनं." असं शेवटचं सांगून तो पुन्हा माळीत शिरू लागला, तेव्हा पांडा फार घायकुतीला आला.

"गोपानाना, तसं करू नका. माझ्या पायाची चाळण झालीया काट्यानं, त्यात भर नको. जरा तळवा झाकंल, असं करून द्या."

– आणि पुन्हा त्यानं त्या चुरा झालेला वहाणा व्हरलापुढं टाकल्या.

गोपा मेढीला टेकून बसला आणि बेतानं म्हणाला, "आता नवीन वहाणा घ्या, देवा. असं किती दिवस निभणार?"

फाटून चिंध्या झालेल्या मुंडाशाशी चाळा करत पांडा बोलला, "पैका कुठला द्यावा गोपा?"

"पाटलाची गुरं राखुळीला नेता; पाटील पैका देत न्हाई का?"

"काय होणार त्यात गोपा? पाटील महिन्याचा दीड रुपया देतो. तो मीठमिरचीला जातो. त्यातून सवड कशी काढायची आन् पायी पायताण कसं घालायचं?"

"अहो, महिन्याला दोन-दोन आणं मागं टाकत आला असता, तर नवी

वहाण घेण्याजोगा पैका झाला असता!''

"खरी गोष्ट! पण तसं केलं नाही. इथून पुढं करीन. पण तवर पायांत काय?''

व्हरलानं या प्रश्नाचं उत्तर दिलं नाही. तो आत गेला आणि नवा बांधलेला एक सुरेख वहाणजोड घेऊन बाहेर आला. तो पांडापुढं ठेवून बोलला, "बघा... अडाणी गोपाचं कसब!''

गोपानं वहाणा खरोखरी नमुन्यातील बांधल्या होत्या. जाड. वर सुरेखपैकी रिंग मारली होती. पितळेची, बारीक आणि चकाकणारी.

पालथ्या हातानं नाक पुशीत पांडा म्हणाला, "हां, झ्याक!''

त्याच्या स्वरात फार मऊपणा होता; पण गोपाला तो पुरला. उत्तेजित स्वरात तो म्हणाला, "तसं काय समजणार? पायांत घालून बघा, पांडोबा!''

– आणि अंगावरच्या धोतरानं पुसून त्यानं वहाणा पांडाच्या पायांपाशी ठेवल्या.

काकुळतीला येऊन पांडा म्हणाला, "उगीच का गोपा? देणं नाही, घेणं नाही; बोलून काय बरं उपेग?''

पण गोपा गप्प राहिला नाही. तो पांडाच्या पायांशी आला आणि वहाणा पुढं सारून त्यानं त्याचा एक पाय आपल्या काळ्या आणि कठीण हातांनी बळकट धरला.

"हं, उचला.''

पांडा फारच ओशाळला, "नाही पण, उगीच का....''

"अरिबा, घालून बघायला काय पैका पडतोय् का?''

"नाही... पण देणं नाही, घेणं नाही – फुकट का?''

पण व्हरलानं बळ करून पांडाचा पाय उचललाच. त्याला वहाणा घालायला लावल्याच.

"हां, बघा कशा बसत्यात तुमच्या पायाला, आन् दिसत्यात कशा शोभून!''

पांडा लाजला. त्याचा वेडाभाबडा चेहरा लाजेनं कसनुसा झाला आणि मग त्यानं पायातल्या वहाणा चट्कन काढून ठेवल्या.

गोपा म्हणाला, "हाय का न्हाई फैनाबाज काम?''

धुळीत पडलेल्या आपल्या फाटक्या वहाणा उचलून पांडा चावत बोलला, "हां. पण ह्याकडं बघा की थोडकं. तळवं झाकतील, असं काही....''

नव्या वहाणांची जोडी एकमेकांवर आपटीत गोपा बोलत होता, "दाम म्हनाल, तर जास्ती न्हाई, पांडोबा. फकस्त रुपये साडेचार. काय? रुपये चार आन् आणे आठ!''

सूर्य बराच वर आला होता. कोवळी उन्हं गोपाच्या डोळ्यांवर येऊन ते मिचमिचत होते. गुरं सोडायची वेळ झाली आणि पांडाला व्हरलानं उगीच घोळात धरला होता.

"बरं मग, गोपाकाका, ह्याकडं बघा की –"

"पांडोबा, तुम्हाला वाटंल, रुपय जात्यात. पर हे पायताण तुम्ही अडीच वर्सं बिनघोर ओढा; त्याला धाड हुनार न्हाई!"

पांडानं आपली फाटकी पायताणं हातात नीट धरली आणि मग त्यानं शेवटचं विचारलं, "मग हे होणार नाही गोपा?"

"न्हाई देवा, त्यात आता काही राहिलं न्हाई. कुत्र्यानं खाल्लं, तरी चार दिस पोटात दुखंल त्याच्या!"

– आणि व्हरल मोठमोठ्यानं हसला. इतका हसला की, त्याच्या डोळ्यांत पाणी आलं.

पांडा खाली मान घालून व्हरलवाड्याच्या बाहेर पडला आणि पाटलाच्या वाड्याकडे आला. त्याचं तांबडं रंगाचं मरतमढं कुत्रं त्याच्या मागोमाग होतंच! पाटील चिलीम ओढत जोत्यावर बसला होता. पांडाला बघताच तो बोलला, "का रं, एवढा येळ? कुठं गुतला होतास?"

पांडा कसं तरी हसला आणि आपल्याशी बोलल्यासारखं उत्तरला, "कुठं नाही, आपलं गोपाकडं... व्हरलवाड्यात गेलो होतो!"

"आं?"

"काही नाही, झाला खरा थोडका उशीर."

चिलीम झाडून, पुन्हा खडा नीट बसवीत पाटील ठिसकला, "बरं, जा आता तरी जलदीनं. दिवस डोक्यावर आला!"

"हा निघालोच."

पण पांडा निघाला नाही. जागच्या जागी घुटमळतच राहिला.

पाटलानं विचारलं, "का रं?"

"काही नाही."

"मग घुटमळतोस कशापायी?"

"काही नाही. निघालोच, नव्हं का!"

तरीही पांडाचा पाय निघेना. तेव्हा पाटलानं हेरलं आणि विचारलं, "काय तरी बोलायचं मनात आहे तुझ्या. बोल-बोल."

पांडा लाचारीनं हसला. हातांतल्या फाटक्या वहाणा घट्ट आवळून म्हणाला, "मेहरबानी कराल का पाटील?"

“आं?”

“नाही म्हणू नका. माझ्या पायाला कुरपं झालीत काटं मोडून. रानामाळात हिंडायचं म्हणल्यावर पायांत पाहिजे!”

हे नमन कशासाठी चाललं आहे, हे पाटलाला उमगेना. दोन्ही हात गुडघ्यांवर ठेवून तो पुनःपुन्हा विचारू लागला, “आं? काय म्हणलास?”

“व्हरलाकडं जाऊन आलो. तो बोलला, ह्या वहाणा दुरुस्त होणार नाहीत. मग?”

“गड्या, मला तुझं बोलणं कळेना! जरा जोरानं बोल. जेवला होतास का काल? आं?”

पांडाचं हाडाडलेलं कुत्रं पाटलाच्या दावणीशी गेलं होतं आणि लहान वासरांचं कोवळं शेण मोठ्या चवीनं खात होतं. खाताना त्याचे कान सारखे खाल-वर होत होते आणि शेपूट दोन्ही पायांत पोटाकडे जात होतं.

मग पांडानं धीर केला आणि नेट धरून तो बोलला, “मला साडेचार रुपये द्या, पाटील. नड आहे!”

हे बोलणं मात्र पाटलाला ऐकू गेलं.

“रुपये? कशाला?”

“नड आहे.”

“कसली?”

“पायांत काही नाही. नवी वहाण घ्यावी म्हणतो!”

– आणि हातांतल्या वहाणा धीर करून त्यानं पाटलाला दाखविल्या.

पण निर्विकारपणे पाटील म्हणाला, “रुपये कुठंल आणू पांडा? दातावर हाणीन म्हटलं, तर पैसा नाही माझ्यापाशी!”

“तसं करू नका. मी उसनं मागत नाही. माझी दोन महिन्यांची राखोळीच द्या. आगाऊ मागतोय, एवढंच!”

“ते खरं रे, पण रुपये आणू कुठनं? पुढच्या बाजाराला घेऊन जा!”

“तसं नका करू. आज महिना झाला, अनवाणी हिंडतोय मी. तसं नका करू. हे बघा; पाया पडतो, पण माझं एवढं ऐका!”

पांडा फार घायकुतीला आला, वरचेवर पाया पडू लागला, तेव्हा पाटलाला कणव आली. पण ती चेहऱ्यावर न दाखवताच तो उठला आणि रुपये पांडापुढं फेकून रागानं बोलला, “हं, चल नीघ. वसुलातले रुपये आहेत हे सरकारी.”

पांडा पुन्हा पाया पडला आणि म्हणाला, “मेहरबानी आहे, मालक!”

मग तडकाफडकी त्यानं गुरं सोडली. ती रानात लावली आणि छाती काढून

तो व्हरलाकडे आला. बाहेर उभा राहूनच म्हणाला, ''ए व्हरला, बाहेर ये.''

गोपा व्हरल भाकरी खात आत बसला होता, तो तोंडात घास ठेवून बाहेर आला. पांडाचा हुकमी आवाज ऐकून त्याला मोठं नवल वाटलं.

तो बाहेर येताच पांडानं कनवटीचे रुपये काढले आणि ठाण्‌कन ते व्हरलाकडं फेकून तो टेशीत म्हणाला, ''हे रुपये घे आणि वहाणा दे!''

व्हरलानं घास गट्‌कन गिळला आणि छातीवर हात चोळीत तो रुपयांकडे, पांडाकडे आश्चर्यानं बघू लागला.

दरम्यान, पांडाचं कुत्रं धन्याच्या पायाशी येऊन उभं राहिलं होतं. ते कान उभारून व्हरलावर भुंकू लागलं.

पांडा अरेरावीनं म्हणाला, ''हां, आटप. मला येळ हुतोय. रुपये वाजवून घे आणि वहाणा दे त्या!''

– आणि हातांतल्या फाटक्या वहाणा त्यानं गोपाच्या उकिरड्यावर भिरकावून दिल्या.

गोपा मुकाट्यानं खाली वाकला. रुपये वेचून आत गेला आणि वहाणजोड पांडापुढं टाकून म्हणाला, ''भले पांडोबा, अशी पाहिजे जिद!''

बेफिकीरपणे पांडानं वहाणा पायांत सरकावल्या. व्हरलाशी एक शब्दही न बोलता तो झ्याकीत चालू लागला. शेपूट हलवीत त्याचं कुत्रं त्याच्या मागोमाग गेलं!

निळ्या आभाळाखाली पसरलेल्या हिरव्यागार रानातून गुरं चारीत पांडा त्या दिवशी सुखानं फिरला. बाभळीच्या फांजरावर त्यानं मुद्दाम पाय दिले. काटेरी कुंपणं ओलांडली. सराट्याचे वेल पायांखाली रगडले! बरोबरीच्या गुराख्यांनी पांडाच्या नव्या वहाणा बघितल्या आणि एकच गिल्ला केला. नव्या वहाणा पायांत घातल्या, म्हणून सगळ्यांनी त्याच्या पाठीत धबाके घातले. हा आनंदाचा दिवस त्यांनी साजरा केला. कसा केला? गुरं रानात लावून चोऱ्यामाऱ्या केल्या. दुसऱ्यांच्या रानातून काकड्या चोरून आणल्या. एकत्र बसून खाल्ल्या. वर्गणी करून वाण्याघरची तंबाखू आणली आणि रुईच्या पानांची चिलीम करून ओढली. पोरांनी नुसता हौदोस घातला.

दिवस मावळायच्या सुमारास गुरं बांधून पांडा घराकडे आला. पटका काढून भाकरी खायला बसला. त्याच्या म्हातारीनं एक भाकरी आणि तिखट वांगं त्याच्या हाती दिलं. पाण्याच्या तांब्यावर भाकरी मोडून ठेवून पांडा घास घेऊ लागला, तेव्हा त्याचं मरतुकडं कुत्रं उंबऱ्यात उभं राहून जीभ चाटू लागलं, विव्हळू लागलं.

पांडा म्हातारीला म्हणाला, ''भाकरी असली, तर टाक गं ह्याला!''

तशी म्हातारी उसळली. लाकडाचा कांडका कुत्र्याच्या पाठीत हाणून म्हणाली, ''अरं, माणसांना मिळंना आणि ह्याला कुठली घालतोस भाकरी? मरू दे की तिकडं!''

पाठीत लाकूड बसताच कुत्रं उलथंपालथं झालं आणि न केकाटताच धूम पळालं!

पांडा मग तेल्याच्या घाण्यावर गेला आणि तेल्याकडून त्यानं तेलाचा गाळ मागून घेतला नि घरी येऊन नव्या वहाणांना दिला. भिंतीला लागून त्या उभ्या ठेवून दिल्या आणि मग रात्री तो सुखानं आडवा झाला.

पहाट झाली. म्हातारी कण्या भरडू लागली. जात्याच्या टरटराटानं पांडा जागा झाला आणि तांब्या-धोतर घेऊन विहिरीकडे निघाला. घरात अजून पक्का उजेड नव्हता. भिंतीशी चाचपून पांडानं वहाणा शोधल्या – तो एकच वहाण हाती लागली. दुसरी सापडेना. कवाड खोललं, तेव्हा थोडा अधिक उजेड आत आला. भिंतीशी एकच वहाण होती. दुसरी कुठं गेली?

पांडा म्हातारीवर ओरडला, ''ए, माझी दुसरी वहाण कुठाय?''

जातं थांबवून म्हातारीनं गळ्याचा घाम पुसला आणि विचारलं, ''काय रं?''

''माझी एक वहाण घावंना. तू बघितलीस का?''

''नाही बा!''

दिवा लावून पांडानं सगळं घर धुंडाळलं – वहाण सापडली नाही!

तो चिडला, ''बाईली, चोरट्यानं नेली म्हणावं, तर एकच वहाण कशी नेली?''

– आणि मग एकाएकी त्याच्या डोक्यात उजेड पडला. झटक्यासरशी बाहेर येऊन तो उकिरड्यापाशी गेला.

नव्या वहाणेचा भुगा तिथं पडला होता आणि भुकेल्या पोटी कातडं घालून टम फुगलेलं तांबडं कुत्रं पाय तणावून निवांत झोपलं होतं!

■

'लोकसत्ता' साप्ताहिक

आडिट

गोपा व्हरल आपल्या खोपटापुढं उघडा बसला होता. अंगातलं मळकं अंगरखं त्यानं उलटं करून उन्हात टाकलं होतं आणि आपल्या बारीक नजरेनं तो त्याच्या शिवणी न्याहाळीत होता.

गोपा रंगानं करवंदासारखा काळा होता. त्याचं नाक नकटं होतं, गालांची हाडं वर आली होती. डोळे बारीक आणि मिचमिचे होते. उन्हानं तापलेली पाठ तो उफराट्या हातानं ओचकारी, तेव्हा त्याच्या काळ्याभोर पाठीत पांढरेधोट ओरखडे उठत.

इतर व्हरलांप्रमाणं गोपाही दरिद्री होता. कातडी कोरून त्यावर त्याचं पोट भरत नव्हतं. कुणी पानाचा विडा खायला दिला, तर ती त्याला अपूर्वाई वाटे. उशीरपर्यंत विडा तोंडात घोळवत ठेवून तो त्याची मजा घेई. तहान लागली, तर तोंडातला चोथा काढून दगडावर ठेवी. पाणी पिऊन झाल्यावर तो पुन्हा तोंडात टाकी.

असा गरीब गोपा अलीकडे थोडा गबर झाला होता. दहा-पाच रुपयांना विकत घेतलेली त्याची पाट मोठी झाली होती. व्याली होती. दोन सुरेख बोकडं तिनं मालकाला दिली होती. कळणाकोंडा घालून गोपानं त्यांचा सांभाळ नीट केल्यामुळं ती आता चांगली टणटणीत झाली होती. त्या जोरावर गोपा तालेवाराच्या तोऱ्यानं वागत होता. मान ताठ ठेवून गावातून हिंडत होता. तमाखू खात होता आणि विड्या ओढत होता.

उन्हाला बसून गोपा अंगरख्याच्या शिवणी न्याहाळीत होता. दडलेल्या उवा शोधून मारत होता आणि पलीकडे खोपटाच्या मेढीला बांधलेली त्याची दोन बोकडं तोंडानं काही तरी चघळत होती. त्यापैकी एक करड्या रंगाचं होतं आणि दुसरं धन्यासारखं काळं असून त्याच्या कपाळावर दिवा होता. त्यांच्या आखूड शेपट्या सारख्या हलत होत्या. आपल्या गुबगुबीत हनुवट्यांना झोले देत, ती दोघंही काही तरी चघळत होती आणि त्यांची केसाळ आई कासेचा

झोळ पुढं काढून निवांत बसली होती.

अशा वेळी व्हरलवाड्यात गणा चलपते शिरला आणि गोपाच्या खोपटापुढं येऊन उभा राहिला.

डोळे मिचमिचे करून गोपा त्याच्याकडे बघू लागला. तोंड उघडं टाकून बघू लागला.

मग गणा म्हणाला, "काय चाललंय गोपा?"

पायांच्या पंज्यांवर दोन्ही हात ठेवून खाली बघत गोपानं उत्तर दिलं, "काय न्हाई. बसलुया उगीच!"

– आणि पुन्हा तो शिवणी बघू लागला.

चलपत्याचा थोडा अपमान झाला. त्याच्यासारखा माणूस घरी येऊन गोपा जागचा उठला नाही, का त्यानं रामराम केला नाही, ही गोष्ट त्याला बोचली. दोन बोकडं बाळगून असल्यामुळं व्हरल माजला आहे, याची जाणीव त्याला झाली.

उभा राहिल्या-राहिल्याच मेढीशी बांधलेली तुकतुकीत बोकडं न्याहाळून गणानं विचारलं, "बोकडं देणार का गोपा?"

"आं?"

"बोकड देतोस का? माझ्या घरी पावणे येणार आहेत. त्यांना जेवण करण्यासाठी मला एक बोकड पाहिजे!"

गिऱ्हाइक आपणहून घरी आल्यामुळं गोपा ताठला. म्हणाला, "तुमाला दाम परवडनार न्हाई!"

गणा बोकडापाशी गेला. त्याची कंबर चाचपीत म्हणाला, "अरे, सांग तर किती तो. काय शंभरभर सांगणार आहेस न परवडायला?"

पेकट चाचपल्यामुळं बोकड लटकन हललं आणि उलटं फिरलं. पवित्र्यात उभं राहून अंगणात उभ्या राहिलेल्या चलपत्याकडे बघू लागलं. इतका वेळ काही चघळणारा त्याचा जबडा थांबला.

गोपा म्हणाला, "सांगून फायदा व्हनार न्हाई, चलपते. तुमाला दाम परवडनार न्हाई!"

चलपते रागाला आला. आडमुठ्या व्हरलाचं हे बोलणं ऐकून संतापला. बोकडाची किंमत न परवडायला गणा कोण लुंगासुंगा माणूस होता का? गोपा व्हरलाचं सगळं खोपटं बोकडासह विकत घेण्याची ताकद त्याच्यापाशी होती.

मेढीशी बांधलेला गुबगुबीत बोकड दोरीशी ओढ घेऊन उभा होता. चलपत्याकडे बघून तोंड असं करीत होता की, जणू तो वेडावण दाखवतो आहे!

गोपा खाली बघून छातीवरचे केस उपटीत होता.

त्याचं काळंभोर आणि बोक्यासारखं पोर भाकरीचा तुकडा खात बाहेर आलं

आणि बसलेल्या शेळीची थानं ओढू लागलं.

चलपत्याला काय बोलावं, ते सुचेना. उभं राहून पाय दुखू लागले, तेव्हा खाली पडलेल्या लाकडाच्या ओंडक्यावर तो बसला आणि म्हणाला, ''मग काय गोपा?''

दोन्ही पायांमधे थुंकून गोपा बोलला, ''कशाचं?''

''दाम सांग की बोकडाचा!''

''सांगू?''

''हां!''

''एक घेनार, का दोन्ही?''

''एकच. दोन घेऊन मला काय गावजेवण घालायचं हाय का?''

''दोन घ्याल, तर मला बरं पडंल. निदान मूठभर पैका तरी हातात पडंल!''

''नाही. मला एकच पायजे!''

''बरं, बोकड पसंत हाय का?''

''त्याशिवाय तुला मागतो का?''

शेळीनं लाथ झाडली, तेव्हा गोपाचं पोरगं उताणं पडलं. न रडता उठलं आणि बापाला चिकटून चलपत्याकडे बघू लागलं. बोबड्या बोलीत शिव्या देऊ लागलं.

त्याला काही न बोलता गोपा कौतुकानं हसला. ते हसणं चलपत्याला गोफणीच्या धोंड्यासारखं लागलं.

करड्या रंगाचा बोकड एकाएकी ओरडला. मग्रूर आणि मस्तीला आलेल्या पोरासारखा ओरडला, ''बाँआं....''

चलपते म्हणाला, ''हां, आवर. बोल, काय घेणार?''

व्हरल मग्रुरीनं बोलला, ''रुपय तीस बसतील एका बोकडाचं!''

''गांजा ओढून बोलतोस काय लेका? काय भाव बघशील, का तोंडाला आलं ते बोलशील?''

''बरं, तुमी काय देनार?''

''रुपयं वीस मिळतील.''

यावर गोपा बोचरं हसला. म्हणाला, ''मग रेडा कापून खा की एखादा. बोकडाची चव कशाला तुमाला?''

त्यारशी चलपते सटक्यानं जागचा उठला. भडकून म्हणाला, ''काय रं ए भडव्या, कुणाला बोलतोस हे? आं, कुणाला?'' त्याचा चेहरा लालभडक झाला. ओठ थरथरू लागले. ''रेडा खा म्हणतोस? गावात राहणार नाहीस तू! देशोधडीला लावीन तुला! या गणाला तू कोण समजतोस?''

पण व्हरल जागचा न हलता उत्तरला, "अवं, बास झाला दम! असल्या दमाला भेत नसतो मी!"

"गोप्या, गोप्याऽ सांभाळून बोल!"

"बास, बास! अरं-तुरं करायचं काम न्हाई आन् शिव्या देन्याचं बी काम न्हाई. मी तुमाकडं आलो न्हाई; तुमी आला माज्याकडं बोकड मागायला. परवडत नसलं, तर गप जा घराकडं!"

हा गोंधळ ऐकून इतर खोपटांतले व्हरल गोळा झाले. पटकुरी नेसलेल्या बाया झिंज्या सावरून खोपटाबाहेर आल्या. त्याबरोबर गोपाला जास्तीच आवेश आला. अंगरखा गोळा करून तो उठला आणि चलपत्यासमोर तो उडवीत म्हणाला, "ममईला दावावी असली अक्कड! इथं कोन भेनार न्हाई!"

या बोलण्यासरशी आजूबाजूला उभे राहिलेले व्हरल हसले. गावात राहणाऱ्या एका पोशाखी माणसाला व्हरलवाड्यात एक गडी ठणाणून बोलतोय, हे बघून त्यांना बरं वाटलं!

मग चलपते जास्ती बोलला नाही. तावातावानं गावात आला आणि थेट पाटलाच्या वाड्यात गेला.

छपरी मिशांचे केस पिळीत पाटील जोत्यावर बसला होता. त्याला काही उद्योग नव्हता. शर्टाचा मागला पंख पुढं घेऊन चलपते त्याच्या शेजारी बसला. वहाणा काढून पाय वर घेत बोलला, "आज गाव बोलवा चावडीपाशी!"

टरटरीत आवाजात पाटलानं विचारलं, "का रं गणा? काय भानगड?"

"तुमची-माझी जात कोणची?"

"अलबत् मऱ्हाट्याची!"

"गोप्या व्हरलानं आपल्याला महार केलं!"

"आं?"

"हां! त्यांच्या हिशेबी आपण रेडं खाणारं हाय!"

"असं म्हणालं, ते व्हरल?"

"हां... हां! मी बोकड इकत घेन्यापायी गेलो, तर तो म्हणाला, बोकडाऐवजी रेडं कापून खा!"

"बाईली, व्हरल माजलं मग!"

"माजलं? आवं, त्याला तमा राहिली नाही आपली. उफराटं बोललं मला धा माणसांदेखत!"

"मग सांजचं चावडीपुढं बोलावून घेतो त्याला. लाथालतो उर्मटाला!"

मग पाटलानं तराळाला बोलावून सांगितलं, "जा रं, मंडळींना म्हणावं,

चावडीकडं बोलवलंया सांजंला!"

"जी! कुनाकुनाला सांगू?"

"तुला ठावं नाही का लेका? कारभारी मंडळी बोलवायची."

"तरी पर...."

"आबानाना, खंडू कुरकळणी, बंडा न्हावी, नाना बामण – जी-जी मंडळी फुडाकार घेणारी... ती बोलाव, जा!"

तराळ गेला आणि पाटलाचा निरोप त्यानं सगळ्यांना पोचता केला.

जेवणखाण आटपून गावातील शेलकी मंडळी चावडीपुढं आली. घोंगड्याच्या खोळी मारून पायऱ्यांवर, जोत्यावर बसली. कुणी विड्या पेटवल्या. कुणी चिलमी शिलगावल्या.

अंधारात एकमेकांचे चेहरे नीट दिसत नव्हते. बोलण्या-चालण्यावरून कोण कोण आहे, हे एकमेकांना कळत होतं. कुणी नवा गडी आला की, त्याची पायताणं वाजत खाकरत-खोकरत तो येई आणि मग कुणी तरी विचारी, "कोण हाय?"

नवा गडी आवाजावरून विचारणारास ओळखी आणि म्हणे, "का हो नाना, मी भाना हाय!"

"हां-हां, बैस!"

बरीच मंडळी जमली, तेव्हा नानांनी विचारलं, "काय पाटील, कशासाठी बोलावली मंडळी?"

पाटील खाकरला. बोलला, "अरं, गोप्या व्हरल आला का?"

समोर भिंतीकडेला लागून व्हरलमंडळी बसली होती. तिकडून उत्तर आलं, "हां, आलाय जी!"

"आन् गणा चलपते?"

पाटलाच्या मागून आवाज आला, "मी मागंच हाय की हो पाटील तुमच्या!"

"हाईस? आरं, मला काय अंधारात दिसलं न्हाई!"

मग मंडळी एकमेकांत कुजबुजू लागली, "गणा चलपत्यानं गोपावं आडिट आणलं असावं!"

तो गलका शांत करून पाटील चलपत्याला म्हणाला, "आवर गणा, तुझी तक्रार सांग!"

"तुम्हाला सांगितलीच की. माझ्या तोंडातनं पुन्हा यावं, असं हाय काय?"

"हां, तसंच हाय. बोल!"

जरा वेळ गणा गप्प बसला आणि मग बोलला, "मंडळी, गोप्यानं आपल्याला महार जातीत धरलं!"

खंडू कुलकर्ण्यानं मधेच प्रश्न केला, "आपल्याला म्हणजे कुणाला गणा?"

"म्हणजे आम्हा मऱ्हाटेमंडळींना हो!"

"मग असं म्हणा! मोघम आपल्याला म्हणाल्यावर त्यात सगळी आली. मी आलो, मोमीन आला. आं?"

चलपत्यानं चुकीची दुरुस्ती केली आणि व्हरलवाड्यात घडलेली सगळी हकिगत सांगून तो म्हणाला, "मला म्हणाला, त्या अर्थी ते माझ्या सगळ्या जातीला म्हणाला. तेव्हा गावानं या गोष्टीचा न्याय करावा!"

व्हरलाला शिव्या दिलेल्या ऐकू आल्या. गजबज झाली. व्हरलही काही मोठमोठ्यानं बोलू लागले. तेव्हा नानांनी त्या सर्वांस गप्प करून प्रश्न टाकला, "असं एकतर्फी का? गोप्यालाबी सांगू द्या त्याचं म्हणणं."

"का रं गोप्या?"

"जी!"

"तू चलपत्याला असं बोललास का?"

प्रश्न सगळा गावाचा झाल्यामुळं गोपा दबकला होता. त्याचा आवाज खाली आला होता. तो म्हणाला, "माजी बोकडं तरी बघा तुमी पाटील. तसल्या मालाला ईस रुपयं दाम?"

चलपते ओरडला, "नाही, शंभर रुपयं द्यावंत एकाएकाला! अरं, जगात काय बोकडं न्हाईत का? पर तुझा दाम विलायती! काय लेका, तुलाबी दोन बोकडानं राज मिळालंय! म्हण हाय, मुंगीला मुताचा पूर!"

गोपा बेतानं बोलला, "व्हय जी, आमा गरिबांस्नी मुताचाच पूर! तुमावाणी ममईला जाऊन दर्याची हवा कंदी बघितलीया आमी?"

तेव्हा पाटील ओरडला, "वाकडं बोलू नकोस गोप्या!"

"न्हायलं जी! वाकडं बोलन्याची परवानगी तुमालाच. आमी गरिबांनी सरळच बोललं पायजे!"

या बोलण्यानं तर पाटील अधिक चिडला आणि मग त्याची अन् गोपाचीच झकाझकी सुरू झाली; चलपते वेगळा राहिला. मंडळी गप्प बसली. आणि पाटलाची-गोपाची लठ्ठालठ्ठी लागली.

"तुला एवढा माज कशानं आलाय रं व्हरला, आं?"

"माज्यापाशी काय हाय जी, माज येन्यासारखं? चार पैसं हायेत, का मी कोन सरकारी अमंलदार हाय, का जमीनजुमला हाय मला? तुमच्या उष्ट्यावर जगनारा मी!"

"असलं तिरपं बोलणं कळतं मला. नीट बोल, नाहीतर मुंडीवर उभा करीन!"

“करा! गावाचं राजं हाय तुमी. तुमची मर्जी असंल, तसं करा!”

“पुन्हा वाकडंच! रेडं कापून खा, म्हणतोस आमाला? आमी म्हार आन् तू शाण्णवकुळीचा मऱ्हाटा, व्हय रं?”

“कशाला मला ती पदवी पाटील? हाय ही जात बरी हाय माजी!”

मग मात्र मंडळी चिडली. गोप्या व्हरल जेव्हा वाकड्यात शिरू लागला, प्रश्नाची नीट उत्तरं देण्याऐवजी खवचट बोलू लागला, तेव्हा मऱ्हाटेमंडळी फार तापली.

नाना ओरडले, “बाईली, हाणा की रं, नाकाडावर चार काठ्या ह्या बेट्याच्या! मघाधरनं ऐकून घेतोय, नीट बोलंच ना!”

बंडा न्हावी गरजला, “गोप्या, नशापानी करून आला असलास, तर एका बुक्कीत उतरवतो ती मी! गावाच्या इरूद जातोस? जीव नगं झालाय का तुला?”

नाना उठून उभा राहिला. त्याचं तरणं रक्तं या अपमानानं फार तापलं. आपल्याला महार म्हणावं, म्हणजे काय गोष्ट आहे? तो बंडाला म्हणाला, “बोलून भागत नाही बंडाप्पा, या साल्याला ठेचला पाहिजे!”

– आणि हातातलं आखूड दांडकं त्यानं अदमासानं भिरकावलं. दोन पायांवर बसलेल्या हऱ्याला ते नडगीवर लागलं आणि तो कोकलला, “अरं देवाऽ देवाऽऽ मेलो! मला का वं पाटील? मी हऱ्या हाय. मी काय केलंया?”

भाना ओरडला, “अरं, तू कोण? त्येचाच भाऊबंद. सगळे माजलायत तुमी. तुमची खोपटं जाळली पायजेत. लाथा घालून गाव सोडायला लावलं पायजे तुमाला!”

मग गणाही उभा राहिला आणि त्यानं सगळ्यांना स्फुरण दिलं.

“व्हरलं माजलीत! जो कुणी म्हराट्याच्या पोटचा असंल, त्यानं व्हरलांना धडा द्यावा!”

हे आव्हान सर्वांनी स्वीकारलं. अंधारातच मंडळी धडाधड उठली आणि भिंतीशी बसलेल्या मूठभर व्हरलांशी भिडली. आकस्मिक हल्ल्यानं गोंधळलेली व्हरलं जागची उठतात न उठतात, तोवर त्यांच्यावर वहाणा आल्या. फडाफड जोडे बसू लागले – पाठीत, डोक्यात, तोंडावर. गावकरी पिसाळले. धर व्हरल, उचल कमरेइतकं आणि आपट खाली! घाल लाथा, बुक्क्या – असा धोशा त्यांनी चालवला. व्हरलं कळवळून ओरडू लागली, रडू लागली, तोंडावर हात घेऊ लागली. पण कुणाला त्यांची कणव आली नाही. तरण्या पोरांची तालमीत कमावलेली ताकद उफाळून आली. त्याखाली व्हरलांची हाडं न् हाडं खिळखिळी झाली. व्हरलं रक्तबंबाळ झाली आणि आरडत-ओरडत वाड्याकडे पळाली.

कुणी गावकऱ्यांचे पाय धरले. कुणी जागच्या जागी विव्हळत पडले. असा सगळा प्रकार घडला. त्यातच रात्र निघून गेली.

सकाळच्या प्रहरी गोपा लंगडत, विव्हळत गावात आला. त्यानं हातांत धरलेल्या दोरीशी बोकड ओढ घेत होतं. रात्रीच्या मारानं गोपा जागोजाग दुखावला होता. त्याचा उजवा हात मोडला होता. कपाळ फुटलं होतं. रात्री सडकून भरलेल्या तापानं चेहरा मलूल झाला होता. डोळे ओढले होते. तांबडे झाले होते.

बोकडाला ओढत चलपत्याच्या घरी गोपा आला. दगडावर मट्‌कन बसला. चलपते बाहेर उभा होता. त्याला रामराम घालून म्हणाला, ''बोकड घेताय नव्हं, चलपते?''

''रुपयं सोळा मिळत्याल!''

''सोळा?''

''हां, पयला वीस देत होतो, पर आता सोळा मिळत्याल!''

गयावया करून गोपा म्हणाला, ''तसं करू नगा, जी. ईस द्या. कालच्या मारानं हात मोडलाय माजा. त्यावर दवापानी करीन. माजं ऐका – ईस द्या.''

– आणि त्यानं चलपत्यापुढं डोकं टेकलं!

■

'अभिरुचि' मासिक

फक्कड गोष्ट

एका डोळ्यानं पिचका असलेला रामा गुरं लावून सावलीला बसला होता. त्यानं पायांतल्या वहाणा आणि डोईचा पटका काढून ठेवला होता. अटकळ-पाटकळ घातली होती.

दहिवरानं ओल्या झालेल्या गवतातून बूट ओढीत मी शेजारून जाऊ लागलो, तेव्हा आपट्याच्या झाडाखाली बसलेला तो पिचका गुराखी खाकरून थुंकला. पोटाच्या बुडातून आवाज काढून म्हणाला, "या, यंकटराव!"

आसपासचं रान हिरवंगार होतं. आभाळ स्वच्छ निळं होतं. दूर दिसणाऱ्या डोंगराच्या उतरणीवर चरणाऱ्या गुरांचे पांढरे ठिपके दिसत होते. दिवस खरोखरीच मोठा छान होता!

माजलेल्या गवताचा उग्र आणि ओला वास हुंगीत मी रामापाशी गेलो आणि गवतात टेकलो. पायांच्या पंज्यांना सहा-सहा बोटं असलेला हा कुणबी माझा चांगला मित्र होता. जवळ बोलावून तो माझ्याजवळची विडी ओढी आणि त्याच्या बदल्यात गप्पा हाणी. त्या पुष्कळ वेळा अडाणी विनोदानं गुळचट झालेल्या असत.

ओल्या बुटांवरील माती आणि गवताचे तुकडे झाडीत मी म्हणालो, "काय रामभाऊ, काय बेत?"

उन्हानं रापलेल्या त्याच्या तोंडावर लबाड हसं आलं. माझ्या पाठीवर थाप टाकून चिमटा घेत तो म्हणाला, "फस्कलास!"

त्याचं बोलणं आणि हावभाव नेहमीच इतके मजेशीर असतात की, पुष्कळ वेळा त्यानं काही विनोद केला नसतानाही हसू येतं. तसं याही वेळी आलं. हसण्यामुळं माझे डोळे गालांत बुडाले, तेव्हा तोही पोटाला वळ्या पाडून हसला. उलथापालथा झाला. मग हसण्याचा खदखदाट जिरवून त्यानं माझे खिसे चाचपले. मी ओळखलं आणि विडी, काडेपेटी त्याच्या हवाली केली. ती सबंध ओढून होईपर्यंत तो काही बोलला नाही. गवतात उताणा पडून मी रानची हवा खात राहिलो.

आपट्याच्या झाडावर मातकट रंगाचा एक सरूड

उगीच बसून राहिला होता. खरोखरीच या मठ्ठ प्राण्याचा मला अगदी राग येतो. किंचितही हालचाल न करता तो एका जागी इतका वेळ बसून राहतो की, बघणारा कंटाळून जातो. आवाज करा, खडे फेका – प्रत्यक्ष डोकं फुटेपर्यंत तो जागा सोडीत नाही!

समोर मुके राघू चलाख गिरक्या मारीत होते. काळ्या आणि टोकदार चोचीत फुलपाखरं पकडून मटकावीत होते. आणि पलीकडे बाभळीच्या झुडपावर घोळक्यानं बसलेल्या कोकाट्या, भांडणाऱ्या बायकांसारखा कालवा करीत होत्या.

दरम्यान रामानं विडी विझवली होती. माझ्या मांडीवर चपटी मारून तो म्हणाला, "का असं पसरलाय उंडग्या बाईवाणी?"

– आणि हसला. आज एकंदर त्याची लहर चावटपणाकडे लागली होती. तशी अनेक वेळा लागलेली मला ठाऊक होती. या लहरीत त्यानं मला ही फक्कड गोष्ट सांगितली.

एक वाणी होता. फाटक्या अंगाचा आणि मिशमिशा तोंडाचा. बाहेर आलेल्या डोळ्यांचा आणि बसलेल्या गालफडांचा. उभा राहिला म्हणजे त्याचे गुडघे एकमेकांना थटत. खाली बसला की, खुब्याची हाडं वर दिसत. चालायला लागला की, हातभर कुबड वर निघे. आणि बोलायला लागला म्हणजे शब्द तोंडात अडखळत. गावाच्या मध्यभागी त्याचं किराणा मालाचं दुकान होतं. दुकानापुढं त्याचं नाळ पडलेलं घोडं कान पाडून, शेपटानं गोमाश्या उडवीत उभं असे आणि आतल्या बाजूला खाली मुंडी घालून गिऱ्हाइकाची वाट बघत वाणी बसलेला असे. त्याच्या डोळ्यांपुढं बारीक चिलटं उडत. न धुतलेल्या ढोपरांवर माश्या बसत. मळकट अंगरख्याच्या पाठीवर मुंगळे चढत. तरीही तो आपला गप्प बसे. मोठ्या डोळ्यांची अस्वस्थपणे हालचाल करीत असे. मालाच्या डब्यांपाठीमागून उंदीर डोकावत. लांबोडकं तोंड मुलूमुलू हलवीत. उनाड आणि बेवारशी कुत्री उंबऱ्यात येऊन उभी राहत. गुळाच्या ढेपीकडे आधाशीपणे बघत. तरी तो हालचाल करीत नसे.

अशा या गैदी माणसाला देवानं बायको मात्र दिली होती; हळदीच्या रंगाची, उभार छातीची, फुगलेल्या अंगाची, फुलल्या जवानीची! काळ्याभोर आणि मोठमोठ्या डोळ्यांची ही बाई बदफैली चालीची होती, चवचाल वृत्तीची होती. गर्भरेशमी लुगडी नेसून ती गावभर हिंडे, जवानीचं प्रदर्शन मांडे. तिला बघून गावातल्या पोरांना चळ भरे. रानामाळातलं काम सोडून

ते या नटरंगीच्या नादावर राहत. तिच्यापायी जीव टाकत.

घोड्याच्या पाठीवर सामान लादून वाणी आठवड्यातून तीन बाजार घेई. सकाळी जाऊन संध्याकाळी माघारी येई. तो घराबाहेर पडला की, सोकावलेली पोरं दुकानाभोवती घिरट्या घालत. मागील दाराच्या भिंतीशी उभी राहून वाणीण त्यांना खुणा करी. एखादा साजरा पोरगा आत घेई. त्याला गोडधोड करून खाऊ घाली. तोंडात तोंड देई. लटकं रागावी, लटकं खिजवी आणि तृप्त होई.

प्रथम-प्रथम ते व्यवहार चोरून होत. लाज झाकायची आणि अब्रू विकायची, असा प्रकार. त्यासाठी नाना खुणा, नाना युक्त्या. कधी वाढलेलं पीक, तर कधी गावाबाहेरचं देऊळ, कधी पाणवठा, तर कधी घराचं माळवद. सारा प्रकार चोरून-मारून, लोकांच्या नजरेत न येईल इतक्या सावधपणे. पण चटक लागली, तशी सावधानता लोपली. कधी झाकला पदर ढळला, तरी धपका बसण्याऐवजी केवळ ओझरती चुटपूट लागू लागली. हाही प्रकार वारंवार होऊ लागला आणि मग चुटपूटही गेली. बघणारा शरमला तरी आपली पापणी खाली न पडेल, इतपत मुजोरी अंगी मुरली. वेळ-अवेळ, घरदार यांचा मुलाहिजा राहिला नाही.

चोरून तळलं, तरी झाकत नाही. वास झाकण घेत नाही. साऱ्या खेड्यात बभ्रा झाला. लोक कुजबुजू लागले की, वाण्याच्या बायकोनं गाव नासला. पोरं चळली. आखाड्यातली माती हलत नाही. दगडी गोट्या जागच्या उचलत नाहीत. सूरपाट्या नाहीत की, लेझीम नाही. पोरं पार बिघडली. वाणिणीनं सगळ्यांना वेडं केलं.

होता-होता ही कुजबूज वाण्याच्या कानापर्यंत गेली. गैदी असला, तरी तो नवरा होता. त्याला शरम वाटली. संताप आला. पण उंडग्या बाईचा नवरा असण्यासारखं दुसरं दुर्दैव नाही. अवघड जागी दुखणं. उघडं करावं, तर अब्रू जाते. झाकलं ठेवावं, तर ठणका मारतं. अशा वेळी अब्रूदार माणूस तोंडाला टाके घालतो आणि मन खातो. वाणी मनात झुरत राहिला. खाल्लं अन्न त्याला गोड लागेना. मग तो उगीच व्यापारधंद्यात गुंतून राहू लागला. बाजाराला गेल्यावर दोन-दोन रात्री माघारी येईनासा झाला. आपल्या डोळ्यांमाघारी काही का घडेना, आपल्या पाठीमागं लोक काही का बोलेनात – असा विचार करून घरी येण्याचं टाळू लागला.

मग तर वाणिणीला रान मोकळंच झालं! राजरोसपणे ती यार घरी आणू लागली. रोज नवी नवलाई शोधू लागली. गावात कालवा फार झाला. तोंडावर पदर घेऊन बायका आपापसात कुजबुजू लागल्या. उघड-उघड बोलू लागल्या की, तो अमका तमका वाणिणीशी लागून आहे. जाणती माणसंही फिदीफिदी हसून हा विषय तंबाखूसारखा तोंडात ठेवू लागली. पोराठोरांत कुणी खळणं धडोतं घातलं, पटक्याला कोच काढली की, इतर पोरं डोळे मारून त्याला म्हणू लागली, "का, नंबर लागला का?"

नको तिकडून सुटलेलं अंग घेऊन वाणीण बदकासारखी रस्त्यातून जाऊ लागली, म्हणजे गल्लीबोळांतून विटीदांडू खेळणारी लहान पोरटीसुद्धा चेकाळत. वाणिणीशी सूतगूत असलेल्या एखाद्या पोराचं नाव घेऊन मोठ्यानं ओरडत, "अरे, नरसू कांबळ्याच्या महादा, कुठं चाललास?"

हे सारं ऐकून वाणीण गालात हसे. डोळ्यांपुढं हातभर पदर ओढून निघून जाई! तिनं शरम, लाज खुंटीला अडकवून ठेवली होती. रस्त्यात गाठून ती एखाद्या पोराला धक्का देई. पायावर पाय देई, हात धरी. बेदरकारपणं म्हणे, "का, घराकडं येणं सोडलं अलीकडं?"

गावचा पाटील एकदा भल्या पहाटे उठला आणि चांदण्याच्या प्रकाशात जनावरांना पेंडी टाकण्यासाठी आपल्या गोठ्याकडे गेला. गोठ्यात अंधार होता. डोळ्यांच्या बाहुल्या मोठ्या होईपर्यंत पाटील थांबला आणि पेंडी काढण्यासाठी वैरणीच्या ढिगापाशी पोहोचला, तो त्याला धसफस ऐकू आली. बांगड्यांचा आवाज आला. कुणी तरी बाईमाणूस अंधाऱ्या कोपऱ्यातून सपाट्यानं उठलं आणि तरातरा गोठ्याबाहेर पडलं!

पाटील हबकला. चोरचिलट की, भूतचेष्टा – या जाणिवेनं हबकला. त्याचं काळीज धडधडलं. तेवढ्यात एका कोपऱ्यातून आणखी कुणी तरी उठलं. मग पाटलानं नेट घेतला आणि आडवा होऊन आवाज दिला, "कोण ते? कोण हाय?"

चलाखीनं गोठ्यातून निसटू पाहणारा गडी अडवल्यामुळं जागच्या जागी खडा राहिला – न बोलता-सवरता.

पेंडी तोडायची कुऱ्हाड उगारून पाटलानं पुन्हा दम धरला, "कोण हाय? बोलायला तोंड न्हाई का?"

तरी तो हुमनदांडगा गडी गप्पच राहिला. तो उलटत नाही, त्या अर्थी गांगरला आहे, एवढा पोच पाटलाला आला आणि मग झपाट्यानं पुढं होऊन

त्यानं कुऱ्हाडीचा तुंबा त्या गड्याच्या खांद्यावर ठेवून दिला! त्यासरशी तो कळवळला.

"मी आहे पाटील, ओळखलं नाही का?"

"मी म्हणजे कोण?"

"नरसू कांबळ्याचा महादा."

"हां, महाद्या? आन् इथं गोठ्यात कशाला आला होतास मरायला?"

महादा बोलला नाही. सणकणारा खांदा चोळीत गप्प उभा राहिला. मग पाटलाला ही भानगड उमगली. चोरचिलट नाही की, भूतचेष्टा नाही. हा प्रकार जार-जारिणीचा आहे, हे त्यानं ताडलं. त्या अनुषंगानं निघून गेलेली बाई कोण, हेही हेरलं आणि त्यानं महादाला फैलावर घेतलं.

"महाद्या, खरं सांग – चोरी करणार होतास काय माझ्या वैरणीची?"

"नाही पाटील. अन्नाची आण, नाही!"

"माझं ढोर पळवणार होतास?"

"नाही पाटील, अन्नाची आण, नाही!"

"मग का आला होतास माझ्या गोठ्यात?"

महादाची दातखीळ उचकटेना. तेव्हा अधिकारानं आणि वयानं मोठा असलेला पाटील पुढं आला. कानाला पकडून त्यानं महादाला उजेडात आणलं.

"महाद्या, खरं बोल; न्हाई तर माझ्याशी गाठ आहे!"

"होय पाटील!"

"तुझ्यासंगं दुसरं कोण होतं?"

उत्तर नाही.

"दोस्त होता का कुणी?"

"नाही पाटील. अन्नाची आण, नाही!"

"मग कुणी नव्हतं का? तू एकटाच पेंडीमागं होतास का?"

उत्तर नाही.

"अरं, झोपला होतास का गोठ्यात? नशापाणी केली होतीस का राती?"

पण महादा बोलेना. सायनासंगीत सापडल्यामुळं तो जवान पोरगा शरमला होता. वडीलधाऱ्या पाटलाला तो डाफरू शकत नव्हता. तोंडाला खीळ घालून गप्प बसण्यासारखा शहाणपणा नव्हता! नरसूचा महादा घुम्यासारखा उभा राहिला. बोलेल, ते निमूट सहन करू लागला. तेव्हा पाटलानं आणखीनंच दोन तुंबे त्याच्या पाठीत बसवले.

"हो चालता गुलामा! घरात आन्न न्हाई खायला आणि रंडीबाजी करतोस? सोदा कुठला! हो घराकडं, न्हाई तर टकुरं फोडीन कुऱ्हाडीनं!"

– आणि नरसूचा महादा चोरासारखा चालता झाला! शरमलेला, वरमलेला. घटकेपूर्वी सुखावलेला आणि आता दुखावलेला!

पाटील स्वत:शीच बडबडत राहिला, "बाईली, सगळा गावच सोद्यांनी भरला. चहूकडं हेच झालंय! सगळा गाव सोद्यांनी भरला!"

सकाळ झाली, तसा पाटील तरातरा वाण्याच्या दुकानाकडे गेला. भवानीची वाट बघणाऱ्या वाण्याला म्हणाला, "काय रं, तुझी बायको हाय का?"

पाटलाला जागा देत वाणी अदबीनं म्हणाला, "नाही पाटील, दूध आणायला गेलीय न्हाव्याच्या घराकडं. का हो?"

करून दिलेल्या जागेवर पाटील बेतानं टेकला आणि कमावलेल्या आवाजात म्हणाला, "अरे, मर्दासारखा मर्द तू; बायकोचा बाहेरख्यालीपणा उघड्या डोळ्यांनी बघतोस?"

वाण्याचा गालफडं बसलेला चेहरा सारवलेल्या सुपासारखा झाला. खाली मान घालून तो लोखंडी वजनं एकमेकांवर रचू लागला.

"लेका, मुक्या जनावराला चीड आली असती ह्या गोष्टीची आणि तू तर माणूस. असा मेल्या मनाचा का झालास?"

वाणी पडक्या आवाजात म्हणाला, "इलाज न्हाई पाटील. मला काय कळत न्हाई का? माझं रक्त तापत न्हाई का? पण काय करावं? आपलंच दात, आपलंच ओठ!"

"ह्या! असा बायल्या नको होऊस. नेट धर. धरून बडव तिला एकवार कुत्र्यासारखी."

"काय उपयोग होणार न्हाई. फुकट माझे हात दुखतील. तिची खोड जाणार न्हाई. जित्याची खोड मेल्याशिवाय जाणार न्हाई."

"मग मार, घे जीव! असली बायको असण्यापेक्षा नसल्याली परवडली. डोक्यात धोंडा घालून जीव घे आन् हो मोकळा!"

"कसा होईन मोकळा? तिचा श्राप लागंल तो लागंल आणि जाईन फासावर! काय फायदा?"

प्रत्येक गोष्टीत फायदा बघणारा वाणी असं बोलू लागला, तेव्हा म्हातारा

पाटील निरुत्तर झाला. तो म्हणाला, “गड्या, माझ्या डोळ्याला हे बघवत नाही, कानाला ऐकवत नाही!”

“मला ऐकवतं का पाटील? माझ्या डोळ्याला बघवतं का? पण काय करणार? इलाज काय?”

पाटील गप्प बसला.

मग वाणी एकाएकी खाली आला. ऐकून कणव यावी, अशा आवाजात म्हणाला, “पाटील, तुम्ही जाणती माणसं. तुम्हीच सांगा, मी काय करू? कसा वागू? ह्या व्यापातून कसा सुटू?”

पाटलानं हाताचे दोन्ही तळवे चोळले. खाली मान घालून थोडा विचार केला आणि तो म्हणाला, “गड्या, हे गाव सोद्याचं आहे. तुझी बायको ह्या सोद्यांनी बिघडवली. त्यात तुझा काय दोष? तिचा तरी काय गुन्हा? आं?”

“तसं का म्हणा ना. पण त्यावर तरी इलाज काय? हे बंद कसं होणार? कसं थांबणार?”

“गड्या, तू हे गाव सोड. सोद्यांनी भरलेल्या या गावात राहू नकोस!”

“बरं, पुढं?”

“एखादं लांबचं गाव बघ आन् तिकडं बिऱ्हाड कर, दुकान कर. बिनघोरीपणानं राहा.”

“पाटील, आता इथं जम बसलाय. गिऱ्हाइकांशी वळण पडलंय. तरी मी तुमचं म्हणणं ऐकतो.”

अशी बोलाचाली झाली. पाटलाचं सांगणं वाण्याला पटलं. त्यानं गाव सोडण्याचं ठरवलं. पण कुठं बोलला नाही, चालला नाही.

बाजारच्या गावाला जाताना त्यानं एक बऱ्यापैकी गाव निवडलं. तिथल्या चार-दोन मंडळींशी ओळखी करून घेतल्या. रुपया-आठ आणे भाड्यानं एक घर घेतलं आणि घरी येऊन बायकोला म्हटलं, “सामानाची आवराआवर कर. हे गाव सोडायचं!”

आपल्या मरतुकड्या घोड्यावर बसेल तितकं सामान लादून वाण्यानं एक खेप केली – डाळी, तांदूळ, शेंगदाणे असला माल नेऊन त्या घरी टाकला. दुसरी खेप केली – मोकळी उघडी पोती, चिपटी, मापटी, पावशेर, छटाक हे नेले. दुकानाची भानगड संपली, तसा तो पुन्हा बायकोला म्हणाला, “तुझं सगळं आवर, आपल्याला हे गाव सोडायचं आहे.”

ती बोलली नाही, सवरली नाही. सामानाची बांधाबांध करू लागली. एक

गठ्ठा भांड्यांचा, एक गठ्ठा कपड्यांचा. ते सारं घोड्यावर लादून वाण्यानं तिकडे नेऊन टाकलं.

अशा बऱ्याच खेपा झाल्या, तेव्हा सगळं सामान हलवून झालं. वाणीणच तेवढी न्यायची राहिली.

शेवटी वाण्यानं पाटलाचा, चार संबंधी लोकांचा निरोप घेतला. वाणी गाव सोडून का निघाला, ही भानगड कुणाला ठाऊक नव्हती. पण या बनावामुळं कोणी म्हणालं, "बरं झालं, गावची पीडा गेली!"

कुणी म्हणाला, "आता गावच्या पोरांची गैरसोय झाली!"

कुणी काही का म्हणेना, वाणी निघाला. कोणत्या गावी निघाला, हे त्यानं सांगितलं नव्हतं.

दुकान मोकळं झालं. उरलंसुरलं सामान घोड्यावर लादलं. आता निघायचं. घोड्यावर बसायचं आणि गावाबाहेर पडायचं.

वाणी घोड्याचा लगाम धरून बाहेरून म्हणाला, "आटप. लवकर बाहेर ये. मी कुलूप घालतोय."

वाणीण रिकाम्या घरातून बाहेर येऊन उभी राहिली.

"काही राहिलं का गं?"

"नाही!"

"लावू कुलूप?"

"लावा."

हेही घर भाड्याचंच होतं. कुलूप लावायचं आणि चावी मालकाच्या हवाली करायची अन् चालू लागायचं.

दार ओढून वाण्यानं कुलूप लावलं आणि तो म्हणाला, "चला."

दोघंही चार पावलं गेली आणि एकाएकी वाणीण म्हणाली, "थांबा, थांबा. माझा एक जिन्नस राहिला!"

वाण्याला आश्चर्य वाटलं. सगळं घर, दुकान रिकामं केलेलं त्याला ठाऊक होतं. त्यानं बघितलं होतं. मग हिची वस्तू ती राहिली काय?

"काय राहिलं गं?"

"राहिलाय एक जिन्नस. किल्ली द्या इकडं."

वाण्यानं मुकाट किल्ली दिली. या हरदमख्याली बाईनं चोरून-मारून पैसा ठेवला असेल आणि तो आयत्या वेळी विसरली असेल; कदाचित एखादा दागिना पुरून ठेवला असेल, असा विचार करीत तो दाराबाहेर

उभा राहिला.

वाणिणीनं कुलूप काढून दार उघडलं आणि ती आत गेली.

वाणी उत्सुकतेनं बघू लागला. गेली, तशी वाणीण बाहेर आली. तिच्या हातात दाराला लावायचा धोंडा होता.

तो घेऊन ती आली आणि नवऱ्याला म्हणाली, ''हां, आता लावा कुलूप!''

महत्त्वाचा जिन्नस, म्हणजे दाराला लावण्याचा धोंडा, हे जाणून वाणी तापला आणि म्हणाला, ''रांडं, दाराला लावण्याचा धोंडा इथून तिकडं न्यायला तिथं काय धोंडं न्हाईत?''

त्यावर एक हात पुढं करून वाणिणीनं स्वच्छ उत्तर दिलं, ''आणि मुडद्या, ह्या गावात सोदे आहेत, म्हणून मला त्या गावात नेतोस; तिथं काय सोदे न्हाईत?''

■

'मौज' साप्ताहिक